தோற்றாலும் விடமாட்டேன்

தோற்றாலும் விடமாட்டேன்

நஸீமா ரஸாக்

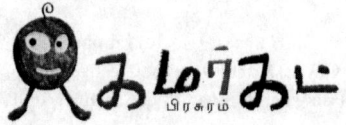

கமர்கட் பிரசுரம்

Title: Thotraalum Vidamatten
Author's Name: Naseema Razak
Copyright © Naseema Razak - 2024
Published by Kamarkat

All rights reserved. No part of this publication may be reproduced, stored in a retrieval system, or transmitted, in any form or by any means, electronic, mechanical, photocopying, recording, psychic, or otherwise, without the prior permission of the publishers.

Kamarkat Prachuram
(An imprint of Zero Degree Publishing)
No. 55(7), R Block, 6th Avenue,
Anna Nagar,
Chennai - 600 040

Website: www.zerodegreepublishing.com
E Mail id: zerodegreepublishing@gmail.com
Phone: 89250 61999

Kamarkat First Edition: December 2024
ISBN:978-93-95731-30-0
TITLE No. Kamarkat : 28

Rs. 210/-

Layout: G.Selva kumar
Cover Design: Vijayan, Creative Studio
Printed at Rathna Offset, Chennai, India

பொருளடக்கம்

1. கருந்துளையின் காதலன் 7
2. சூத்திரங்களின் அரசன் 11
3. என் கால்கள் கால்பந்துக்கானவை 15
4. அலாவுதீன் பாபா 19
5. வர்த்தக சாம்ராஜ்யம் 23
6. கண்டுபிடிப்புகளின் அரசன் 27
7. தாத்தா சொல்லும் டாடா கதை 31
8. ஜைஸ்வால் 34
9. எலி செய்த மாயம் 37
10. கோம் கண்ட கனவு 40
11. ஓப்ரா 44
12. ரோலிங் 48
13. இசை உலகின் கனவுக் கன்னி 52
14. இயந்திரங்களின் காதலன் 56
15. சிரிப்பு அரசன் 60
16. இசைக் குழந்தை 64
17. நட்சத்திரம் அல்ல நடிகன் 68
18. ரியல் மேட்ரிட் 72
19. நட்சத்திரம் 76
20. சில்வஸ்டர் 80

21. ஆப்பிள் 84
22. அமெரிக்காவின் வேர் 88
23. ஆசியாவின் சூப்பர் ஸ்டார் 92
24. கோழி அரசன் 95
25. என் காதுகளுக்கு இசை தெரியாது 99
26. திகில் கதைகளின் ஹீரோ 103
27. கூடைப் பந்துத் தலைவன் 107
28. காஃபி ராணி 111
29. நடனத்திற்குக் கால்கள் அவசியமில்லை 115
30. ஓடு மில்கா ஓடு 119
31. மில்க் மேன் 123
32. மாயா ஒரு மாயாவி 127
33. சுங் ஜூ யுங் 131
34. துணை வந்த செயற்கைக் கால் 135
35. இரண்டு ரூபாயிலிருந்து கோடிகள் 141
36. பென் ஃபவுண்டென் 146
37. அர்னால்ட் 150
38. லேடி பாப் 153
39. நிக் வுஜிசிக் 156
40. மரண தண்டனை 160

1. கருந்துளையின் காதலன்

என் வயதையொத்த குழந்தைகள் எல்லாம் பொம்மைகளோடு விளையாடிக் கொண்டிருக்க, நான் நட்சத்திரங்களைப் பார்த்துப் பரவசப்பட்டுக் கொண்டிருந்தேன். நட்சத்திரங்கள் தினமும் வானில் தோன்றும் அதிசயம் என்ன என்று ஆச்சரியப்பட்டுக் கொண்டிருந்தேன். யாரிடமும் என் கேள்விக்கான பதிலை எதிர்பார்க்கவில்லை.

அப்பா மருத்துவர் என்பதால் நானும் மருத்துவராக வேண்டும் என்று ஆசைப்பட்டார். நியாயமான ஆசை. ஆனால் என் விருப்பமெல்லாம் கணிதத்தில் இருந்தது. அதற்குக் காரணம் என் பள்ளியின் கணக்கு வாத்தியார் தாஹ்தா. அப்போதே பிரபஞ்சத்தின் ப்ளூ ப்ரிண்ட் கணக்குதான் என்ற புரிதலை அவர் எனக்கு ஏற்படுத்திவிட்டார்.

பள்ளியில் படிக்கும்போது சுமாரான மாணவன். சொல்லப்போனால் கடைசியிலிருந்து மூன்றாவதாக இருப்பேன். முதல் மதிப்பெண் எடுப்பவன் பாஸ் ஆவதுபோல், நானும் பள்ளிப்படிப்பை முடித்தேன்.

ஆக்ஸ்போர்ட் பல்கலைக்கழகத்தில் கணிதம் இல்லை, இயற்பியல் இருக்கிறது என்றார்கள். மருத்துவராக வேண்டாம் என்று முடிவெடுத்ததால் இயற்பியலைப் படித்தேன். படிப்பெல்லாம் சொல்லிக் கொள்ளும் அளவு இல்லை. இருப்பினும் பிரபஞ்சம் சார்ந்த பல புத்தகங்களைப் படிக்க ஆரம்பித்தேன்.

பல்கலைக்கழகத்தில் நான் சாதாரணமாய் நடந்து செல்வதே சில சமயங்களில் சவாலாக இருந்தது. மூளைக்குள் பிரபஞ்சம் அது இதுவென்று எப்பொழுதும் யோசித்துக் கொண்டே இருந்ததால் அடிக்கடி நிலைதடுமாறி கீழே விழுந்தேன் என்று நினைத்துக் கொண்டேன்.

மேல் படிப்புக்காக அண்டவியல் பாடத்தை தேர்வு செய்தேன். அதுவும் கேம்பிரிட்ஜில் படிக்க விண்ணப்பித்திருந்தேன். முதல் வகுப்பில் தேர்வானால் மட்டுமே அங்கு இடம் கிடைக்கும். நான் முதலும் இல்லை கடைசியும் இல்லை. நடுவில் எங்கோ மாட்டிக் கொண்டிருந்தேன். வாய்வழி பரீட்சை வைக்கிறோம் வா என்று அழைத்தார்கள்.

அடுத்து உன் திட்டம் என்ன? என்று கேட்டார்கள். “நீங்கள் வாய்ப்புக் கொடுத்தால் கேம்பிரிட்ஜ், இல்லையென்றால் ஆக்ஸ்போர்டில் இருந்துவிட வேண்டியதுதான்” என்றேன். என் வெளிப்படையான ஆர்வம் அவர்களை ஈர்த்து இருக்க வேண்டும். எனக்கு அங்கு இடம் கிடைத்ததை அப்படித்தான் எடுத்துக் கொண்டேன்.

கேம்ப்ரிட்ஜ் பல்கலைக்கழகத்தில் படிக்க வாய்ப்பு என்று பரவசமாக இருந்தேன். அதை நொறுக்குவதுபோல் அந்த விஷயம் என்னை சோர்வடையச் செய்தது. அங்கிருந்த மிகச் சிறந்த விரிவுரையாளர் ஃப்ரெட் ஹோயல் எனக்குக் பாடம் எடுக்கவில்லை என்று தெரிந்தது. அவருக்குப் பதிலாக சியாமாவின் கீழ் என் வகுப்புகள் இருந்தன. ஆனால் இருவரும் சேர்ந்து என் எண்ணங்களைப் புரிந்துகொண்டு என்னைப் பிரபஞ்சம் பற்றிய ஆராய்ச்சியில் உற்சாகப்படுத்தினார்கள்.

எல்லாம் சரியாகப் போய்க்கொண்டிருந்தது. நடக்கும்போது விழுந்து எழுவது மேலும் கூடி இருந்தது. எந்நேரமும் வானத்தையே பார்த்துக்கொண்டும் யோசித்தபடியும் நடந்தால் வேறென்ன ஆகும்? ஆனால் அப்பாவிற்கு என் போக்கு சரி என்று படவில்லை. என்னை அழைத்துக்கொண்டு மருத்துவரிடம் சென்றார். அப்போதுதான் அந்த அதிர்ச்சியான செய்தி என் காதுகளுக்கு எட்டியது. வானத்திற்கும் நட்சத்திரங்களுக்கும் நான் விழுவதற்கும் எந்தத் தொடர்பும் இல்லை என்று புரிந்தது. என் மூளையில் உள்ள நரம்புகள் தசைகளைக் கட்டுப்படுத்துவதில் சிக்கல்

இருக்கிறது என்றார்கள். அப்பா, சரி செய்து விடுவார் என்று நம்பிக்கையாக இருந்தேன். "அதிக பட்சம் இரண்டு வருடங்கள் உயிரோடு இருந்தால் அதுவே அதிகம்" என்ற மருத்துவர்களின் வார்த்தைகள் என் உலகை உலுக்கிவிட்டிருந்தது.

இன்னும் இரண்டு வருடங்கள் தானா? எனக்கு ஏன் இப்படி? இப்போது தானே வாழ்க்கை ஆரம்பித்திருக்கிறது? இருபத்தொரு வயதில் எனக்கு ஏன் இந்தச் சோதனை என்று புலம்ப ஆரம்பித்தேன். என் உடம்பு கொஞ்சம் கொஞ்சமாகச் செயலிழந்துவிடும் என்பது உண்மை என்றார்கள். மூளை சரியாக இருக்கிறதல்லவா? அது போதும் என்று என்னைத் தேற்றிக் கொண்டேன். என் ஆசிரியர் சியாமா, "போதும் ஓய்வெடுத்தது, எழுந்து வா ஆராய்ச்சியை முடி" என்றார்.

ஒரு சிறந்த மனிதனுக்குப் பின் சிறந்த ஆசிரியர் மட்டுமே இருப்பார் என்று உணர்ந்த கணம் அது. செய்ய வேண்டிய வேலை அதிகம் இருக்கிறது. நேரம் கைப்பிடி அளவு என்று சொல்லிவிட்டார்கள், என் முழு ஆற்றலையும் அந்த நொடியிலிருந்து நான் உணர ஆரம்பித்தேன்.

என் மூளைக்குள் சென்ற அத்தனை கேள்விகளுக்கும் விடை தேட ஆரம்பித்தேன். பிங் பாங் கோட்பாட்டை கையில் எடுத்தேன். என் கேள்விகள் எல்லாம் சுலபமானதாகத்தான் இருந்தது. "பிரபஞ்சம் எப்படித் தோன்றியது? அது ஏன் இப்படி இருக்கிறது? இனி எப்படி எல்லாம் அது மாறும்?" இதற்கெல்லாம் ஒரு நாளில், ஒரு வருடத்தில் விடை கிடைத்துவிடுமா? ஆனால் அதுதான் என் பயணமாக இருந்தது.

உடம்பு முழுக்க பக்கவாதம் வந்தாலும், ஓரளவு பேசிக்கொண்டும் எழுதிக்கொண்டும் இருந்தேன். சுவிட்சர்லாந்துக்குச் சென்றபோது கடும் குளிர் என் உடம்பை மேலும் பலவீனமடையச் செய்தது. மோசமான நிலை என்றார்கள். என்னை மீட்க ஒரே ஒரு வழி இருந்தது. தொண்டையில் துளையைப் போட்டு குரல் வளையை நீக்கிவிட்டார்கள். இனி பேசவும் முடியாது. தோன்றுவதை, பேச வேண்டியவற்றைத் தட்டச்சு செய்து காட்ட ஆரம்பித்தேன். என் ஆராய்ச்சிகள் பற்றி நான் எழுதிய புத்தகங்களும் வெளிவந்தன. இவையெல்லாம் எப்படிச் சாத்தியமாயின என்பதை இறுதியில் சொல்கிறேன்.

தட்டச்சு செய்தேன் என்று சொன்னேன் அல்லவா? அதற்கும் காலாவதி ஆகும் நேரம் வந்துவிட்டிருந்தது. விரல்களும் செயலிழந்தன. இண்டல் நிறுவனம் எனக்காக ஒரு தொழில்நுட்பத்தைக் கண்டுபிடித்துத் தந்தது. நான் நினைப்பதைத் திரையில் கொண்டுவர வழி செய்தார்கள். அதற்கு என் கன்னங்களின் தசையை உபயோகிக்க வேண்டியிருந்தது.

கருந்துளைகள் பற்றிய முந்திய ஆராய்ச்சிகளை என் ஆய்வுகள் உடைத்தெறிந்தன. கருந்துளையிலிருந்து கதிர்வீச்சு வருகிறது என்று கண்டுபிடித்தேன். அதற்கு ஹாக்கிங் கதிர்வீச்சு என்று பெயர் வைத்தார்கள். அதற்காக அறிவியல் உலகமே என்னைக் கொண்டாடித் தீர்த்தது.

இரண்டு வருடங்களோடு நான் காணாமல் போவேன் என்றார்கள். எழுபத்தாறு வயது வரை வாழ்ந்தேன். என் கேள்விகளுக்கெல்லாம் விடைகள் தேடினேன். சிலவற்றுக்கு விடைகளும் கிடைத்தன. என் உடல் செயலிழந்ததே தவிர என் மனமும் மூளையும் அல்ல. ஒன்றை மட்டும் உறுதியாகச் சொல்ல முடியும். சூழல் எப்படி இருந்தாலும் மனத்தைச் சரியாக வைத்துக்கொள்ளுங்கள். நீங்கள் மட்டுமே உங்கள் வாழ்க்கையை உருவாக்குகிறீர்கள். என் வாழ்க்கை காய்ந்து போன காய்கறியாக இருக்கும் என்று பலரும் நினைத்தார்கள். ஆனால், இறந்த பின்னும் சார்லஸ் டார்வின் மற்றும் நியூட்டனுக்கு நடுவில் அடக்கம் செய்திருக்கிறார்கள். - இப்படிக்கு உங்கள் ஸ்டீபன் ஹாக்கிங்.

ஸ்டீபன் ஹாக்கிங்

2. சூத்திரங்களின் அரசன்

எனக்கு இரண்டு வயதான சமயம் என் வயதுக் குழந்தைகள் எல்லாம் தத்தி தத்தி மழலையில் பேசத் தொடங்கியிருந்தார்கள். நான் பேசும் தருணத்திற்காகப் பெற்றோர் காத்துக்கொண்டிருந்தார்கள். ஒரு மாதம், இரண்டு மாதம் அல்ல... இரண்டு வருடங்கள்.

ஏன் பேச வேண்டும் என்று எனக்குத் திமிரெல்லாம் இல்லை. பேச்சு வரவில்லை. எப்படியோ, குரல்வளையில் சிக்கிக் கொண்ட என் முதல் வார்த்தை நான்காவது வயதில் வெளிவந்தது. குறைபாடுள்ள குழந்தை பேசிவிட்டதென்று பெற்றோர் மட்டுமில்லை.. சுற்றத்தாரும் மகிழ்ந்தார்கள். இப்படி அட்டகாசமான அடையாளத்துடன் ஆரம்பித்தது என் வாழ்க்கை.

பள்ளிக்குச் சென்றால் படபடவென்று பேசிவிடுவேன் என்று அம்மா நினைத்திருக்க வேண்டும். ஆனால் சுட்டுப் போட்டாலும் எனக்குப் படிப்பு வராது என்று ஆசிரியர்கள் சொல்லிவிட்டார்கள். நினைவு தெரிந்த நாள் முதல், பள்ளிக்குச் செல்கிறேன் என்று சொல்லிவிட்டு கவனமாகப் பள்ளிக்கு எதிர்ப்புறமாகச் செல்வதை வழக்கமாக்கிக் கொண்டேன். கணக்குப் பாடம் மட்டும் புரிந்தது. பள்ளிப் படிப்பை முடித்தாக வேண்டிய சூழல். ஆனால் படித்த எதுவும் மனத்தில் நிற்க மறுத்தது. மோசமான மாணவன் என்கிற பெயருடன் பள்ளிப் படிப்பை முடித்தேன்.

சுவிஸ் பாலிடெக்னிக் கல்லூரியில் இடம் கேட்டு விண்ணப்பித்தேன், மறுக்கப்பட்டது. தொடர்ந்து விண்ணப்பித்து, இருபத்தோராம்

வயதில் கல்லூரியில் படிக்க வாய்ப்பு கிடைத்தது.

என் அப்பா இறக்கும் தருவாயில், "அய்யோ.. என் மகன் தோல்வி என்பதற்கோர் அடையாளமாகி விட்டானே" என்று நொந்து உயிரை விட்டார். இது என் மனத்தில் ஆறாத வடுவாகிப் போனது. கல்லூரிப் படிப்பைப் படித்துக் கொண்டே, கிடைக்கும் வேலைகளை எல்லாம் செய்ய முடிவு செய்தேன்.

வீடு வீடாகச் செல்ல வேண்டும். "அய்யா, அம்மா யாராவது இருக்கீங்களா" என்று ஒரு பிச்சைக்காரனைப் போல் ஆரம்பிப்பேன். ஒரே வித்தியாசம் - அவனுக்காவது ஒரு வாய்ச் சோறு கிடைத்திருக்கும். நான் பார்த்தது இன்சூரன்ஸ் பாலிசிகளை விற்கும் வேலை. ஒவ்வொரு நாளும், வெறுங்கையோடு வீடு திரும்பும் என்னை மற்றவர்கள் ஒரு சிறந்த தோல்வியாளன் என்றே நினைத்தார்கள். அது உண்மையும் கூட.

இந்த வேலை சரிப்படாது என்று அடுத்த வேலைக்குத் தாவினேன். இதுபோன்று எத்தனை வேலைகள் மாறினேன் என்று சரியாக ஞாபகம் இல்லை. ஆனால் இரண்டு வேலைகள் மட்டும் மனத்தில் நின்றுவிட்டன. பேட்டண்ட் க்ளர்க். இது நீங்கள் நினைப்பது போன்று சாதாரண க்ளர்க் வேலையில்லை. என் மனத்திற்கு மிகவும் பிடித்த வேலை இது. ஆய்வுகளுக்கு வரும் கண்டுபிடிப்புகளை ஆராய வேண்டும். கணக்குகளைச் சரிபார்ப்பது. சூத்திரங்களைச் சரி செய்வது என்று அனைத்தும் இருந்தன. எனக்குக் கணக்கின் மேல் காதல் என்று அப்பொழுதுதான் நன்கு உணர முடிந்தது. என் வாழ்க்கையின் வசந்தகாலம் அது.

ஆராய்ச்சியில் மனம் லயித்துப் போனது. முனைவர் பட்டம் பெற வேண்டுமென்று ஆசை. "பள்ளிக் கூடம் போகாதவனுக்கு முனைவர் பட்டம் எப்படி" என்று நீங்கள் நினைப்பது நியாயம்.

ஒரு முறை, ஒரே ஒரு முறை உங்கள் ஆன்மாவைத் தொடும் விஷயம் நடந்துவிட்டால் எல்லாம் நடக்கும். அப்படித்தான் பேட்டண்ட் க்ளர்க் வேலை என்னைத் திசை திருப்பியது.

நான் ஆய்வு செய்த விஷயத்தை, தவறு என்று தள்ளுபடி செய்தார்கள். காரணம் அன்றைய காலத்தின் மிகப் பெரிய கோட்பாட்டு இயற்பியலாளர்களில் ஒருவரான லூட்விக் போல்ட்ஸ்மேனின் சில ஆய்வுகளை என் ஆய்வு கேள்விக்குட்படுத்தியது. இதென்ன

பைத்தியக்காரத்தனம் என்று என் ஆய்வறிக்கையைத் தூக்கி குப்பையில் போட்டார்கள்.

உடல், உயிர், மனம் என்று அனைத்தும் ஒரே விஷயத்திற்காக வேலை செய்தால் எப்படி இருக்கும்? அப்படித்தான் என் ஆய்வையும் நான் செய்து முடித்தேன். ஆனால் கிடைத்தது தோல்வி, நிராகரிப்பு. என் உடலும் மனமும் துவண்டு போயின. அப்படியே விட்டிருந்தால் நான் இறந்து கூடப் போயிருப்பேன். நல்லவேளை மனம் அடுத்த ஆராய்ச்சியைப் பற்றி யோசிக்கத் தொடங்கியது.

1905-ஆம் ஆண்டில், "மூலக்கூறு பரிமாணங்களின் புதிய நிர்ணயம்- A New determination of molecule Dimensions" என்ற தலைப்பில் ஆய்வறிக்கையைச் சமர்ப்பித்தேன். இந்த முறை என் முயற்சி வீண் போகவில்லை. ஆல்பர்ட் ஐன்ஸ்டீன் என்ற என் பெயருக்கு முன் முனைவர் பட்டம் இணைந்தது.

பட்டம் கிடைத்த கையோடு, கல்லூரியில் வேலைக்குச் சேர்ந்தேன். மாதச் சம்பளம் ஒரு பாதுகாப்பைக் கொடுக்கும் என்று நிம்மதியடைந்தேன். ஆனால் எனக்குச் சரியாக பாடம் சொல்லிக் கொடுக்கத் தெரியவில்லை என்பதைப் புரிந்து கொண்டேன். கல்லூரி விரிவுரையாளர் வேண்டாம். பள்ளி ஆசிரியராகலாம் என்று பணியில் சேர்ந்தேன். என் கணக்கு இப்போது சரியாக இருந்தது. சுலபமாகப் பாடம் சொல்லிக் கொடுக்க கற்றுக் கொண்டேன். ஆனால் அப்போதும் பகுதிநேர வேலையாக பேட்டண்ட் க்ளர்க் வேலை போய்க்கொண்டிருந்தது. பின்னாளில் இந்த அனுபவங்கள் எல்லாம் ஒன்றுகூடி, பர்ன் பல்கலைக்கழகத்தில் விரிவுரையாளராகச் சேர உதவியது.

வேலை ஒருபக்கம் இருக்கட்டும். மனம் எதையெதையோ ஆராய்ச்சி செய்ய ஆசைப்பட்டது. ஒளி, ஈர்ப்பு மற்றும் விண்வெளி பற்றி ஆய்வு செய்தேன். ஒளி நேராகச் செல்லும் என்று இருந்த ஆராய்ச்சிகளுக்கு முற்றிலும் வேறு விதமாக என் ஆராய்ச்சி சென்றது. ஒளியை வளைக்க முடியும் என்று கண்டுபிடித்தேன். மற்ற இயற்பியலாளர்கள் என்னைப் பைத்தியம் என்றே முடிவு கட்டினார்கள்.

முழு நேர ஆராய்ச்சியில் இருந்ததால் காலை, மாலை என்ற காலத்தின் விளையாட்டில் நான் இல்லாமல் போனேன்.

காலத்திற்கே இடம் இல்லை என்றால் காதலுக்கு எப்படி? காதலித்துக் கைப்பிடித்தவளும் இல்லை என்றானது. மூன்று குழந்தைகள் எனக்கு. திருமணத்திற்கு முன்பே ஒரு பெண் குழந்தை பிறந்தாள். அதற்குப் பின்னர் இரண்டு ஆண் குழந்தைகள். மனைவி மிலேவா மரிச் விவாகரத்து வாங்கிக் கொண்டாள். அவளோடு சேர்ந்து குழந்தைகளும் என்னைவிட்டுப் பிரிந்தார்கள். மனம் நொறுங்கிப் போனது. ஆராய்ச்சி எதுவும் சரியாகப் போகவில்லை. தனிமையும் ஆராய்ச்சியும் மனத்தை சின்னாபின்னமாக்கிக் கொண்டிருந்தது.

இந்த நேரத்தில்தான் இரண்டாம் உலகப் போர் ஆரம்பித்திருந்தது.

நான் ஒரு யூதன். ஹிட்லர் கண்ணில் வேண்டாம், நாஜிகளின் கடைக்கோடிச் சிப்பாய் கண்ணில் பட்டால்கூடப் போதும். பரலோகம் நிச்சயம். பயத்தில் உறைந்து போயிருந்த காலம் அது. அப்பொழுதும் என் ஆராய்ச்சியை விடவில்லை. தொடர்ந்து செய்து கொண்டிருந்தேன். அது ஒன்று மட்டும்தான் எனக்கு ஆறுதலாக இருந்தது. அப்படித்தான் சார்பியல் கோட்பாடைக் (Theroy of Relativity) கண்டுபிடித்தேன். பலமுறை தோற்று, குழம்பிப் போய் ஒரு முடிவுக்கு வந்தேன். இன்று வரை e=mc2 உங்கள் ஆய்வுகளுக்கு ஏதோ ஒரு வடிவில் உதவிக் கொண்டிருப்பதற்குப் பின்னால் இருப்பது என் தோல்விகளும், அவற்றால் துவளாத என் ஆர்வமும் உழைப்பும்தான்.

ஆல்பர்ட் ஐன்ஸ்டீன்

3. என் கால்கள் கால்பந்துக்கானவை

நான் பிறந்து, தவழ ஆரம்பித்த நொடி முதல் என் விளையாட்டுப் பொருள் ஒன்றே ஒன்றுதான். கால்பந்து! அதைத்துரத்திக் கொண்டே தவழ்வதில் அப்படி ஒரு சந்தோஷம். நான் மட்டுமல்ல.... அர்ஜெண்டினாவில் இருக்கும் ஒவ்வொரு குழந்தையின் விளையாட்டுப் பொருளாகவும் கால்பந்து மாறிப் போயிருந்தது. கால்பந்தை ஒரு விளையாட்டாக மட்டும் நாங்கள் பார்க்கவில்லை. அது ஒரு வாழ்க்கை. நடக்கப் பழகிய பின்னர் மற்றவர்களை விடக் கால்பந்து என் கால்களுக்கு லாவகமாக அகப்பட்டது.

நான்கு வயது இருக்கும், அப்பா என்னை அழைத்துக் கொண்டு உள்ளூர் கிராண்டோலி கிளப்பிற்குச் சென்றார். அப்பொழுதே அவருக்கு என் கால்கள் மீது அலாதியான நம்பிக்கை இருந்திருக்க வேண்டும். எனக்கு முதன்முதலில் பயிற்சி கொடுத்தவரும் என் தந்தை ஜார்ஜ் தான்.

நான்கு வயதில் ஆரம்பித்த என் ஆட்டம் உள்ளூரில் இருக்கும் கிளப்பில் பிரபலமானது. பத்து வயது வரை கால்பந்தைத் தவிர்த்து எனக்கு வேறு உலகமே தெரியாது. எனது பதினோராவது வயதில் வித்தியாசமான நோய் ஒன்று என்னைத் தாக்கியது. உடல் வளர்ச்சிக்கு உதவும் ஒருவிதமான ஹார்மோன் என் உடம்பில் குறைய ஆரம்பித்திருந்தது. விளைவு மற்ற குழந்தைகளைவிட உருவத்தில் சிறியவனாயும், வலுவிழந்தவனாயும் மாறிப் போனேன் .

எப்படி? எதனால் இது நடந்தது? என்று தெரியாது. சிகிச்சை இருந்தது. ஆனால் அதற்கான செலவை ஏற்க என் பெற்றோர்களால் முடியவில்லை. முதலில் இருப்பதை வைத்து சிகிச்சையை ஆரம்பித்தார்கள். ஒவ்வொரு நாளும் ஊசிகள் என் கால்களைப் பதம்பார்த்தன. இதைக் காரணமாக வைத்து உள்ளூர் கிளப் என்னை வெளியேற்றியது. நொறுங்கிப் போனேன். எனக்கு வேறு எதுவும் தெரியாது. படிப்பெல்லாம் பட்டியலில் இருந்ததே கிடையாது. மாதத்திற்குப் பல நூறு டாலர்கள் மருத்துவச் செலவு என்பது என் குடும்பத்துக்கு பெரும்பாரம்.

ரோசாரியோவில் இருக்கும் நியூவெல்ஸ் ஓல்ட் பாய்ஸ் கிளப்பிற்கு என் நிலை தெரிந்தது. மருத்துவச் செலவுகளை ஏற்பதாக வாக்குக் கொடுத்தார்கள். ஆனால் வாக்கோடு நின்று போனது. அதற்குப் பின்னர் இன்னொரு கிளப், இன்னொரு வாக்கு. இறுதியில் என் குடும்பமே கடன் பட்டு சிகிச்சையை அளித்தார்கள். மூன்று வருடச் சிகிச்சை. குத்திய ஊசிகளெல்லாம் வேலை செய்ய ஆரம்பித்தன. வளர ஆரம்பித்தேன்.

எனது பதின்மூன்றாம் வயதில் பார்சிலோனாவில் இருக்கும் மிகச் சிறந்த “பேபி ட்ரீம் டீம்” என்ற புனைபெயர் கொண்ட இளைஞர் அணி கிளப்பிலிருந்து எனக்கு அழைப்பு வந்தது. அந்தக் கிளப்பின் முக்கிய நபரான சார்லி ரெக்சாடச்சுக்கு என் திறமை மேல் நம்பிக்கை ஏற்பட்டது. ஆனால் கிளபின் உயர் பொறுப்பில் இருந்த மற்றவர்களுக்கு அது அத்தனை உவப்பானதாக இல்லை. ‘அயல்நாட்டு இளைஞனை அழைத்து வருவது அத்தனை அவசியமா?’ என்று முட்டுக் கட்டை போட்டார்கள்.

எனக்குப் பக்கபலமாக சார்லி இருந்தார். ஒரு வருடம் நிரந்தரம் இல்லா ஒப்பந்தத்தில் பார்சிலோனா சென்றேன். வீட்டை விட்டு ஓராண்டு தனியாக இருந்தேன். பேச்சுத் துணைக்கு யாருமில்லை.

என்னை முதலில் ஓர் அந்நியனாகத்தான் பார்த்தார்கள். பழகத் தெரியவில்லையே தவிர விளையாட்டில் முழுக் கவனம் செலுத்தினேன். ஒரு வருடம் உருண்டோடியது.

அம்மா, அப்பா எனக்காக பார்சிலோனோவிற்கு குடிபெயர்ந்தார்கள். பார்சிலோனாவின் இளைஞர் அகாடமியில் இருக்கும் ராயல் ஸ்பானிஷ் கால்பந்து கூட்டமைப்பில் விளையாட வாய்ப்பு கிடைத்தது. தொடர்ந்து விளையாடினேன். நண்பர்களும் கிடைத்தார்கள். பதினான்கு போட்டிகளில் கலந்து கொண்டு இருபத்தியோரு கோல் அடித்தேன். பதினேழு வயதில், உலகம் அறிந்த கால்பந்து வீரனாக அறியப்பட்டேன். விளையாட்டில் மட்டுமல்ல.... வாழ்க்கையிலும் ஒரு முறை ஜெயிப்பது பெரிதல்ல. தொடர்ந்து அந்த இடத்தைத் தக்க வைத்துக் கொள்ள நாம் என்ன செய்கிறோம் என்பதுதான் மற்றவர்களுக்கும் நமக்கும் இருக்கும் வித்தியாசம் என்பது அப்போது தெரியாது.

2014 உலகக் கோப்பையில், ஜெர்மனியோடு விளையாடும் போது, என் கவனக் குறைவு அல்லது மெத்தனம் என்னைத் தோற்கடித்தது. அந்தக் கோப்பையை இழந்ததற்கு நான் மட்டுமே முழுப் பொறுப்பு. சிறு வயதிலிருந்து படாத பாடுபட்டுப் போட்ட உழைப்பெல்லாம் தண்ணீரில் போட்ட உப்பாகக் கரைந்து போனது. அதுவும் என்னால் நடந்தது.

2015-ஆம் ஆண்டு சிலியில் நடந்த போட்டியிலும் தோல்வி. 2016-ஆம் ஆண்டு சிலிக்கு எதிராக அர்ஜெண்டினா ஆடினோம். நூற்றி இருபது நிமிடங்கள் இரு அணிகளும் கோல் எதுவும் போடவில்லை.

பெனால்ட்டி ஷூட் அவுட் செய்து அர்ஜெண்டினாவா சிலியா என்று முடிவு செய்ய வேண்டும். முதலில் ஆர்ற்றோவிடம் வாய்ப்பு சென்றது. அவனும் கோல் அடிக்கவில்லை. அடுத்தது நான். கண்டிப்பாக இந்தக் கோலை போட்டுவிட்டேன் என்றால் அர்ஜெண்டினா வென்றுவிடும். இதற்கு முன் கிடைத்த தொடர் தோல்விகளை இந்த ஒரு வெற்றி ஈடு செய்துவிடும். மொத்தக் கவனத்தையும் கால்பந்துக்கும் கால்களுக்கும் நடுவில் வைத்து ஒரு உதை விட்டேன். அனைவரும் எழுந்து நின்று பார்த்தார்கள். கோல் விழவில்லை. மீண்டும் அர்ஜெண்டினா அணி தோல்வியுற்றது. இல்லை, நான் தோற்றேன்.

இந்தத் தோல்விகள் அனைத்தும்தான் எனக்கான இடத்தை உங்களிடம் உருவாக்கியுள்ளது. இன்று உலகம் அறிந்த மிக முக்கியமான கால்பந்து வீரன் லியோனல் மெஸ்ஸி என்று நீங்கள் கொண்டாடுவதற்கு என் வெற்றிகளைவிட நான் கடந்து வந்த தோல்விகள்தான் முக்கிய காரணம்.

லியோனெல் மெஸ்ஸி

4. அலாவுதீன் பாபா

“பள்ளிக்கூடம் போவதற்குப் பதில் இரண்டு மாடு வாங்கிக் கொடுக்கிறோம் எப்படியாவது பொழச்சிக்கோ” என்று வீட்டில் யாரும் என்னிடம் சொல்லாதது இன்று வரை எனக்கோர் ஆச்சரியம்தான்.

பள்ளியில் சேர்ந்து, “இ௺, பி, க்ஸி” என்று கற்றுக் கொள்ளும் போதே பிரச்சனை ஆரம்பித்து விட்டது. சீன மொழியில் ஆனா, ஊனா வை அப்படித்தான் படிப்போம். என்னோடு வகுப்பில் இருந்த சக மாணவர்கள் சுலபமாகப் படித்து புரிந்து கொள்வது எனக்கு மட்டும் புரியாத புதிராக இருந்தது. ஆரம்பப் பள்ளியில், ஒரே வகுப்பில் இரண்டு வருடங்கள். என் நண்பர்கள் எல்லாம் அண்ணன்களாகிப் போனார்கள். பரவாயில்லை, அடுத்து வரும் வகுப்புகளில் தேறிவிடுவேன் என்று வீட்டில் நம்பினார்கள். நானும் அப்படித்தான் நினைத்தேன்.

உயர்நிலைப் பள்ளியில் நான் சேரும்போது என்னோடு வகுப்பில் இருந்தவர்கள் எல்லாம், என்னை விடச் சிறியவர்கள். பார்க்க நான் பொடியனாக இருந்ததால் தப்பித்தேன். தோல்விக்கும் எனக்கும் எத்தனை ஜென்மத் தொடர்பு என்று தெரியவில்லை.

நிழல் போல் என்னைத் தொடர்ந்தது. உட்கார்ந்து படித்தேன், உருண்டு படித்தேன். காலை, இரவு இரண்டு முறையும் படித்தேன். எதுவும் பயனளிக்கவில்லை. முதல் மதிப்பெண் வேண்டாம். குறைந்தபட்சம் தேர்வு பெற்றிருந்தால்கூடப் போதும். ஆனால், மூன்று முறை தோல்வியுற்றேன். எத்தனை வருடங்கள் எடுத்தால் என்ன, ஒரு வழியாய் லட்சியம் நிறைவேறியது. பள்ளிப் படிப்பை முடித்தேன்.

கல்லூரிக்குச் செல்ல முடிவெடுத்தேன். என்ன? நிஜமாகவா? என்று நீங்கள் கேட்பது போல் என்னைச் சுற்றி இருந்தவர்களும் கேட்டார்கள். ஆசையாக அந்த முடிவை எடுக்கவில்லை, அவசியத்தால் எடுத்தேன்.

கல்லூரிக்குள் வர வேண்டுமா? நுழைவுத் தேர்வு எழுது என்றார்கள். மீண்டும் வராத படிப்பை வம்பாக இழுத்துப் படித்தேன். பயனில்லை, மூன்று முறை தோற்றேன். அதில் ஒரு முறை கணக்கில் நூற்றுக்கு ஒரு மதிப்பெண். நியாயமாக இரண்டு பன்றிகளை வாங்கி மேய்த்திருக்க வேண்டும்...

சீனாவில் இருந்த, மிக மிகச் சுமாரான கல்லூரியில் ஆங்கில இலக்கியம் படிக்க இடம் கிடைத்தது. எப்படிப் படித்தேன் என்று யோசிக்க வேண்டாம். ஆனால் முடித்தேன். தத்தி தத்தி நடக்க ஆரம்பிக்கும் போதிலிருந்து பழகிப் போன தோல்வி ஒவ்வொருமுறையும் புதிய வலியைத் தந்தது.

அடுத்து வேலையைத் தேட ஆரம்பித்தேன். “வாங்க வாங்க, உங்களுக்காகத் தான் இந்த வேலை, நாளைக்கே வந்து சேர்ந்துடுங்க” என்று யாரும் சொல்லப்போவதில்லை என்று எனக்குத் தெரியும். இந்த வேலைக்குத்தான் போக வேண்டும் என்று எந்த எண்ணமும் இல்லை. ஏதோ ஒரு வேலை கிடைத்தால் போதுமென்று தேடினேன். முப்பதுக்கும் மேற்பட்ட நேர்முகத் தேர்வுகளுக்குச் சென்றிருப்பேன். ஒன்றும் நடக்கவில்லை.

நான் சென்ற முக்கியமான ஒரு நேர்முகத்தேர்வைப் பற்றிச் சொல்லியே ஆக வேண்டும். கே.எஃப்.சி.யில் ஆட்கள் தேவை என்று விளம்பரம் பார்த்து நேர்காணலுக்குச் சென்றேன். இருபத்தி நான்கு பேர் வரிசையாகக் காத்துக் கொண்டிருந்தோம். இருபத்தி மூன்று பேருக்கு வேலை கிடைத்தது. எனக்குக் கிடைக்கவில்லை.

ஆங்கிலம் எடுத்துப் படித்ததால் மொழி பிரச்சனையாகவில்லை. ஆனால் இம்முறை என் உருவம் குறுக்கே வந்துவிட்டது. "ஜாக் மா, வீ ஆர் சாரி" என்று வீட்டுக்கு அனுப்பிவிட்டார்கள்.

உண்மையைச் சொன்னால் ஒரு கட்டத்தில் நான் வாழ்க்கை மீது இருந்த நம்பிக்கையை இழந்தேன்.. இதற்கு மேல் என்னால் எதையும் செய்ய முடியாதோ என்ற அச்சம் வந்துவிட்டது. அப்பொழுதுதான், நான் படித்த கல்லூரியிலிருந்து ஆங்கிலம் கற்றுக் கொடுக்க வாங்க என்று அழைத்தார்கள்.

நான் படித்த ஆங்கிலம் கை கொடுத்தது. அமெரிக்காவிற்கு மொழிபெயர்ப்பாளராகப் போகும் வாய்ப்பு கிடைத்தது. அப்போது, இணையம் ஆரம்பித்திருந்த சமயம். எனக்கு கணினி பற்றி ஒன்றும் தெரியாது. ஒரு முறை சீனா பியரை இணையத்தில் தேடினேன். அது கிடைக்கவில்லை. அப்போதுதான் அந்தப் பொறி தட்டியது. சீனாவிற்கு வந்தேன். சீனாவின் பொருள்களை இணையத்தில் வாங்கி விற்கலாம் என்ற என் யோசனையைச் சொன்னேன். மக்கள் நாலாபக்கமும் இருந்தும் முதலீடு செய்ய தயாராக இருந்தார்கள். சீன அரசு நிறுவனத்தோடு கை கோர்த்து 'சீனாபேஜஸ்' என்ற நிறுவனத்தை ஆரம்பித்தேன். பல ஆண்டுகளுக்குப் பின் நல்ல காலம் பிறந்ததென்று மகிழ்ந்து போனேன். சிறிது சிறிதாக என் எண்ணங்களில் என் இலக்கில் அரசு நிறுவனம் மூக்கை நுழைக்க ஆரம்பித்தது. ஆசை ஆசையாக ஆரம்பித்த நிறுவனத்தைவிட்டு வெளியேறினேன்.

வேலை தேட ஆரம்பித்தேன். வெளிநாட்டு வர்த்தகம் மற்றும் பொருளாதார ஒத்துழைப்புக்கான அமைச்சகத்தில் அரசாங்க வேலை கிடைத்தது. நிறைய மக்களைச் சந்தித்தேன். எல்லாம் சக்திமான்களாக இருந்தார்கள். அப்படி ஒரு சக்திமான் தான், யாஹூவின் நிறுவனர்களில் ஒருவரான ஜெர்ரி யாங். என் கனவுகளை எடுத்துக்கொண்டு அமெரிக்காவை நோக்கிச் சென்றேன். சிலிக்கான வேலியில் இருந்தவர்கள் கோமாளியைப் போல் பார்த்தார்கள். ஆன்லைன் வர்த்தகம் ஆரம்பித்த காலம் அல்லவா? இருந்தாலும் போராடி சில மில்லியன் முதலீட்டைப் பெற்றேன்.

அதை வைத்து ஆரம்பமானது தான், அலிபாபா. ஜோராக ஆரம்பித்த என் நிறுவனத்திலிருந்து, பலர் இணையத்தில் வாங்குவதும்,

விற்பதும், பணம் சம்பாதிப்பதுமென அனைத்தும் நடந்தது. ஆனால் முதல் மூன்று வருடம் நான் வெறுங்கையோடுதான் சுற்றிக் கொண்டிருந்தேன். இதுவரை நான் சந்தித்த தோல்விகள், நிராகரிப்புகள் எல்லாம் என்னைத் தயார் செய்திருந்தன. பொறுமையாக இருந்தேன், உழைத்துக் கொண்டே இருந்தேன், பலன் கிட்டியது. அலிபாபா இன்று, பில்லியன் கணக்கில் லாபம் சம்பாதிக்கும் இணையத்தின் மிகப்பெரிய வர்த்தக மையம்.

ஒருவேளை என் தோல்விகளைக் கண்டு நான் பயந்திருந்தேன் என்றால் இன்று அலிபாபா இருந்திருக்காது. இத்தனை பெரிய வெற்றியும் கிடைத்திருக்காது.

ஜாக் மா

5. வர்த்தக சாம்ராஜ்யம்

என் அப்பா சிறந்த பள்ளி ஆசிரியர். இப்படிச் சொல்வதால் நான் படிப்பில் கெட்டிக்காரன் என்று நினைத்துவிட வேண்டாம். இன்றைய குஜராத், அன்றைய பிரிட்டிஷ் இந்தியாவில் இருந்த சொர்ராட் என்ற கிராமத்தில் நாங்கள் வசித்து வந்தோம். நாங்கள் என்றால், அம்மா, அப்பா, இரண்டு அண்ணன்கள், ஒரு தம்பி, ஒரு தங்கை. இவர்கள் அனைவரையும் பட்டியலிடுவதற்கு ஒரு காரணம் இருக்கிறது. அப்பா ஒருவரின் சம்பளத்தில்தான் நாங்கள் அத்தனை பேரும் வளர்ந்தோம்.

எனக்குப் படிப்பில் சிறிதும் ஆர்வமில்லை. ஆரம்பப் பள்ளி முடித்து உயர்நிலைப் பள்ளிக்குச் சென்றேன். பதினான்கு பதினைந்து வயதிருக்கும் பள்ளிக்குச் செல்ல மாட்டேன் என்று அடம்பிடித்தேன். அப்பா அன்பாகச் சொன்னார், அடித்துச் சொன்னார். ஆனாலும் என் முடிவில் எந்த மாற்றமும் இல்லை.

"படிப்பில் ஆர்வமில்லனா, வேற என்ன செய்ய போற? இந்த வயசில் படிக்காமல் வேற எந்த வயசில் படிப்ப?" என்று அப்பா கேட்ட கேள்விகளுக்கு என்னிடம் ஒரே ஒரு பதில் தான் இருந்தது. எனக்குப் பணத்தில் ஆர்வம், அதைச் சம்பாதிக்கும் வழிகளைத் தேடுவதில் ஆர்வம் என்றேன். அதற்கு மேல் அப்பா என்னிடம் ஒன்றும் பேசவில்லை. எப்படியாவது ஒழிந்து போகட்டும் என்று நினைத்திருக்க வேண்டும். இல்லையென்றால் என் பிடிவாதம் என்னை ஜெயிக்க வைத்து விடும் என்று நம்பியிருக்க வேண்டும்.

எது எப்படியோ இனி பள்ளிக்குச் செல்ல வேண்டியதில்லை.

எங்கள் ஊரில் இருந்த கோயிலுக்குக் கூட்டம் கூட்டமாக மக்கள் வருவார்கள். கோயிலில் உட்கார்ந்திருந்த ஒரு தாத்தாவிடம் விசாரித்தபோது ஒவ்வொரு வருடமும் பிப்ரவரி மாதம் மக்கள் நேர்த்திக் கடனைச் செலுத்த வருவதாகச் சொன்னார். வீட்டில் இருந்த எனது உண்டியலை உடைத்தேன். மிகச் சிறிய தள்ளுவண்டிக் கடையில் பஜ்ஜி விற்றேன். நல்ல லாபம் கிடைத்தது. மக்கள் வருவது குறைய, வியாபாரமும் குறைந்தது.

வேறு என்ன செய்யலாம் ? எப்படிச் சம்பாதிக்கலாம் என்று பல வகைகளில் யோசித்தேன். ஆனால் ஒன்றும் சரி வரவில்லை. அந்தச் சமயத்தில் தான் ஊர் மக்கள் கப்பலிலும், விமானங்களிலும் ஏறி ஏமனுக்குச் சென்றார்கள். எங்கு சென்றால் என்ன..? சம்பாதிக்க வேண்டும் என்பதே என் இலக்கு. எனது பதினேழாவது வயதில் ஏமனுக்குச் சென்றேன்.

அங்கிருக்கும் ஏ.பி.ஸே எண்ணெய் நிறுவனத்தில் வேலை. படிக்காதவனுக்கு என்ன வேலை கிடைத்திருக்கும்? எரிபொருள் மையங்களில் வாகனங்களுக்கு எரிபொருள் நிரப்பும் வேலை. முடிந்த பின்பு வெறுமனே நேரத்தைக் கழிக்க மனமில்லை. பகுதி நேரமாக இன்னொரு குஜராத்தி நிறுவனத்தில் க்ளர்க் வேலை பார்க்க ஆரம்பித்தேன். அங்கே பங்குச் சந்தை, வர்த்தகம், வரவு செலவு ஆகியவை பற்றி கற்றுக் கொண்டேன். மாதம் முந்நூறு ரூபாய் சம்பளம்.

திருமணம் முடித்த கையோடு மனைவியை அழைத்துக் கொண்டு ஏமனுக்குச் சென்றேன். சிறிய அறையில் வாழ்க்கை. குடும்பம் பெருகியது. ஏமனில் திரும்பிய பக்கமெல்லாம் கலவரம். சூழல் நாளுக்கு நாள் மோசமானது. கையில் பதினைந்தாயிரம் சேமிப்பு இருந்தது. எடுத்துக்கொண்டு ஊர் திரும்பினேன். பெட்டிக் கடை வைத்துப் பிழைத்துக் கொள்ளலாம் என்றுதான் முதலில் தோன்றியது.

ஏமனில் இருந்தபோது நல்ல தொடர்புகள் கிடைத்திருந்தன. அதன் மூலம் மத்தியக் கிழக்கு நாடுகளுக்கு மசாலா ஏற்றுமதி செய்ய ஆரம்பித்தோம். ஆரம்பித்தோம் என்கிற பன்மை ஏனென்றால், எனக்கொரு கூட்டாளி இருந்தார் இந்தத் தொழிலில். உறவு

முறையில் அவர் எனக்கு அண்ணன். அவருடன் சேர்ந்துதான் இந்தத் தொழிலை ஆரம்பித்தேன். சில மாதங்கள் சென்ற வியாபாரம் அதற்கு மேல் நகரவில்லை.

அடுத்து எதைச் செய்யலாம் என்று யோசிக்கும் போது, துணி விற்கலாம் என்று யோசனை வந்தது. ஆரம்பிக்க எல்லாம் தயாராக இருந்தது. ஆனால் நினைத்தது போல் தொடங்க முடியவில்லை. காரணம் அந்தத் தொழிலில் இருந்த சங்கம். அதாவது ஜவுளித் தொழிலை யாரும் சட்டென்று ஆரம்பிக்க முடியாது என்று சட்டம் இருந்தது. ஆரம்பிக்க வேண்டுமென்றால் சங்கத்தின் சொல்லுக்குக் கட்டுப்பட வேண்டும். எல்லாவற்றுக்கும் சரி என்று தலையாட்டினாலும் அவர்கள் அவ்வளவு எளிதில் ஆரம்பிக்க விடவில்லை. தவிக்க வைத்துத் தண்ணீர் கொடுப்பது போல் இறுதியில் தொழிலை ஆரம்பிக்க உத்தரவு கிடைத்தது.

தொழிற்சாலைகளில் இருந்து அதிக விலைக்குத் துணிகளை வாங்கி, அதிக விலைக்கே வியாபாரிகளிடம் விற்றோம். இரண்டு பக்கமும் தொழிலாளர் சங்கம் வைத்திருந்தார்கள். அவர்கள் சொல்வதற்கெல்லாம் தலையாட்டி நஷ்டம் அடைந்தோம். நடுவில் இருப்பது சரியில்லை என்று தோன்றியது. நடுவில் வர்த்தகம் செய்யும் எங்களுக்காகவும் சட்டத் திட்டங்களை உருவாக்கினோம். கொஞ்சம் மீண்டு வந்தோம். இந்த இடையூறுகளை எல்லாம் தாண்டி மூச்சு விடும்போது பங்காளித் தகராறு. என்னோடு தொழிலில் சேர்ந்த அண்ணன் விலகுவதாகச் சொல்லிவிட்டார். இரண்டு பேருடைய எண்ணங்களும் வெவ்வேறாக இருந்தன. பிரிவது கடினம் என்றாலும் அதுவே இருவருக்கும் சரி என்று பட்டது.

அதே ஜவுளித் தொழிலைத் தனியாக ஆரம்பித்தேன். அரசாங்க விதிகளுக்குக் கட்டுப்பட்டு, வெளிநாட்டுத் துணியை இறக்குமதி செய்து, அதை வேறொன்றாக மாற்றி மீண்டும் ஏற்றுமதி செய்ய வேண்டும். கையில் இருந்த கடைசி காசையும் போட்டு துணிகளை இறக்குமதி செய்தேன். அதை மேலாடைகள், ஷால், கால்சட்டை என்று தயாரித்து பாதியை ஏற்றுமதி செய்தேன். மீதியை உள்ளூர் வியாபாரிகளுக்குக் கொடுத்தேன். இதைத் தெரிந்து கொண்ட போட்டியாளர்கள் என் மீது வழக்குத் தொடுத்தார்கள். நான் முழுவதையும் ஏற்றுமதி செய்யவில்லை என்பது அவர்களது

குற்றச்சாட்டு. அனைத்தையும் ஏற்றுமதி செய்யவேண்டும் என்று ஒப்பந்தத்தின் எந்த இடத்திலும் இல்லை என்பதைச் சுட்டிக் காட்டி என்னை நிரூபித்தேன்.

கடன் கேட்டுச் சென்ற வங்கிகளெல்லாம் கையை விரித்துவிட்டார்கள். நிறுவனத்தைப் பங்குச் சந்தையில் பட்டியலிட்டேன். முதலீட்டாளர்கள் நம்பி வந்தார்கள்.

ஜவுளித் தொழில் மளமளவென்று வளர்ந்தது. நமது நாட்டில் மட்டுமில்லை, வெளிநாட்டிலும் எங்கள் ஜவுளிகள் சக்கைப்போடு போட்டன. சின்னதாக ஆரம்பித்த வியாபாரம் கிளைகள் பரப்பி வேரூன்றி ஆலமரம் போல் தழைத்தது.

அடுத்து என்ன என்று யோசிக்கும் போது, எண்ணெய் வியாபாரம் மனத்தில் வந்தது. அதற்கான செயலில் ஈடுபடும் போது சிறிது உடலளவில் சோர்ந்திருந்தேன். ஆனால் மனமும் புத்தியும் தயாராகவே இருந்தன. நூல் தயாரிக்கும் தொழிற்சாலை, எண்ணெய் தயாரிக்கும் நிறுவனம் என்று என் பயணம் சிறப்பாகவே முடிந்தது.

பஜ்ஜியை விற்றுக் கொண்டு ஊரிலேயே இருக்காததற்குக் காரணம், கனவு கண்டது தான். இலக்கு சிறியதா பெரியதா என்றெல்லாம் எனக்குப் பிரித்துப் பார்க்கத் தோன்றவில்லை. அடிபட்டு, அசிங்கப்பட்டு கற்றுக் கொண்ட எதுவும் வீணாகவில்லை.

இன்று, திருபாய் அம்பானியாகிய நான், ரிலையன்ஸ் என்ற சாம்ராஜ்யத்தை என் மகன்களுக்கு மட்டுமில்லை என் நாட்டுக்கே விட்டுச் சென்றுள்ளேன்.

திருபாய் அம்பானி

6. கண்டுபிடிப்புகளின் அரசன்

அமெரிக்காவில் இருக்கும் ஓஹியோ மாகாணத்தில் மிலன் என்றொரு சிறிய கிராமத்தில் பிறந்து வளர்ந்தேன். ஏழாவதாகப் பிறந்த கடைக்குட்டி என்பதால், அம்மாவிடம் கூடுதல் அன்பு. அக்காலத்தில் குழந்தைகளின் இறப்பு விகிதம் அதிகம். பிறந்த உடனோ, தவழும் போதோ அல்லது நடக்கும் போதோ கணிசமான குழந்தைகள் மரணத்தைத் தழுவிவிடும். எங்கள் வீட்டில் ஏழு பேரில் நான்கு பேர் பதின்ம வயதைத் தாண்டிவிட்டிருந்தோம்.

எங்கள் ஊர்ப் பள்ளிக்கூடம் என்பது மிகச் சிறிய கட்டிடம். அங்கு ஒற்றை ஆசிரியர் மட்டுமே. அவர் கண்டிப்பானவர் மற்றும் சிடுமூஞ்சி. அது பிரச்சனை அல்ல. ஆனால் அவர் சொல்லிக் கொடுக்கும் எதுவும் எனக்குப் புரியவில்லை. அவ்வப்போது என் கையில் ஒரு கடிதத்தைக் கொடுத்து "உன் அம்மாவிடம் கொடு, உன் அப்பாவிடம் கொடு" என்பார். நான் அம்மாவிடமே சென்று கொடுப்பேன். என் அம்மா அதை வாங்கி படித்துவிட்டு, என் தலையைக் கோதிவிட்டு அன்பாகப் பார்ப்பார்.

ஆசிரியர் கடிதத்தில் என்ன எழுதிக் கொடுக்கிறார் என்று ஒரு நாளும் யோசித்ததில்லை. ஆனால் ஒவ்வொரு முறையும் அம்மா என் மீது காட்டும் அன்புக்கும் நம்பிக்கைக்கும் நான் சமர்த்து

பிள்ளையாக இருக்க வேண்டும் என்பது மட்டும் எனக்குத் தெரியும்.

புத்தகங்களை எடுத்து ஆறஅமர படித்துத் தெரிந்து கொள்வதைவிட, எந்த விஷயத்தையும் செய்து பார்க்க வேண்டும் என்பது என் ஆர்வம். நான் அப்படித்தான் இருந்தேன். கையில் எது கிடைத்தாலும் அதைக் கழற்றிப் பார்த்து விடுவேன்.

பன்னிரண்டு வயதிருக்கும். அப்போது ஸ்கார்லட் என்ற விஷ ஜுரம் ஓஹியோவில் இருக்கும் குழந்தைகளைக் காவு வாங்கிக் கொண்டிருந்தது. என்னைப் பொறுத்தவரை என் உயிரை விட்டுவிட்டு இடது காதை மட்டும் எடுத்துக் கொண்டது. பள்ளியில் ஆசிரியர் பாடம் எடுத்தாலும் சரி, என்னைத் தண்டம் என்று திட்டித் தீர்த்தாலும் சரி இடது பக்கம் வந்து பேசினால் ஒன்றும் காதில் விழாது.

எனது பன்னிரண்டாவது வயதில், கிராண்ட் ட்ரங்க் சாலையில் நாளிதழ்களையும், மிட்டாயையும் விற்க ஆரம்பித்தேன். அது எனக்குப் பிடித்திருந்தது. ரயில்களில் நாளிதழ்களை விற்கலாம் என்று ஒரு யோசனை வந்தது. ரயிலுக்கு முன் இருக்கும் பேகேஜ் காரில் பரிசோதனைக் கூடத்தைச் சின்னதாக ஆரம்பித்தேன். அதே இடத்தில் அச்சு வேலையும் செய்ய ஆரம்பித்தேன். அதாவது என் சொந்தமான நாளிதழைக் கொண்டு வந்தேன். ஆராய்ச்சியில் இருந்த என் ஆர்வம் என்னை என்னென்னவோ செய்ய வைத்தது.

திடீரென்று ஒரு நாள் என் சின்னப் பரிசோதனை கூடாரத்தோடு என் அச்சு இயந்திரம் எரிந்து போனது. சுற்றி இருந்தவர்கள் என்னாலேயே அந்தத் தீ விபத்து நடந்ததாகத் திட்டித் தீர்த்தார்கள். ஒற்றை டாலருக்கும் பிரயோஜனம் இல்லாதவனாகவே மற்றவர்கள் கண்களுக்குத் தெரிந்தேன்.

அப்படியொரு நாள் எதையோ நினைத்து சாலையில் நடந்து கொண்டிருக்கும் போது ஒரு மூன்று வயதுக் குழந்தையின் மேல் வண்டி ஏறிவிட இருந்தது. தாவிக் குதித்து அதை அணைத்துக் காப்பாற்றினேன். அந்தக் குழந்தையின் அப்பா, எனக்கு நன்றி செலுத்தும் விதமாய் ரயில் டெலகிராப்பி கற்றுக் கொடுத்தார். அது என் வாழ்வின் திருப்புமுனையாக இருந்தது. ரயில் டெலகிராபி என்பது, ஒரு நிலையத்தில் இருந்து இன்னொரு நிலையத்திற்குப் புகைவண்டி குறித்த தகவல்களைப் பரிமாறிக்

கொள்வது. அப்பொழுது தொலைபேசி இல்லாக் காலம். இதைக் கற்றுக் கொண்ட எனக்கு வேலையும் கிடைத்தது. எப்படி எந்த சமிக்ஞை மூலம் வார்த்தைகள் சென்று வருகின்றன என்ற ஆராய்ச்சி எனக்குப் பிடித்திருந்தது. அப்படியே என் ஆர்வம் சார்ந்த ஆராய்ச்சிகளையும் செய்து கொண்டிருந்தேன்.

இரண்டு வருடங்களில் பல ஊர்களுக்கு வேலை விஷயமாக மாற்றலாகிப் போனேன். ஏழு வருடங்கள் டெலகிராப்பி வேலையைப் பார்த்தேன். அதற்குப் பின்னர் முழுநேர ஆராய்ச்சியில் ஈடுபட்டேன். என் முதல் கண்டுபிடிப்பு 1869-ஆம் ஆண்டு நடந்தது. மக்கள் வாக்களிக்கும் இயந்திரத்தைக் கண்டுபிடித்துச் சமர்ப்பித்தேன். காப்புரிமை கிடைத்துவிட்டது. ஆனால் அரசியல்வாதிகள் அந்தக் கண்டுபிடிப்பை ஆதரிக்கவில்லை. எந்த ஒன்றிற்காக என் வேலையை விட்டு முழு நேரமும் ஆராய்ச்சியில் ஈடுபட்டேனோ, அந்த ஒன்றை என் கண் முன்னேயே ஒன்றுமில்லாமல் செய்தார்கள்.

பாஸ்டன் சென்று மீண்டும் டெலகிராப்பியில் ஆய்வுகள் செய்ய ஆரம்பித்தேன். ஆய்வுக் கூடத்தில் பல இரவுபகல்களைக் கழித்தேன். இதற்கிடையில் திருமணம், மூன்று குழந்தைகள். இறுதியில் மனைவி நோய்வாய்ப்பட்டு இறந்தும் போனார். வாழ்க்கை அதன் கணக்கை முடித்துக் கொண்டு வந்தது.

நான் ஆராய்ச்சிகளில் கவனம் செலுத்தினேன். இதுதான் என்று, ஒன்றின் மீது மட்டும் என் மனம் போகவில்லை. தீர்வு கிடைக்க வேண்டிய எல்லாவற்றுக்கும் ஆராய்ச்சியை ஆரம்பித்தேன். அதற்காகவே ஒரு குழு, ஒரு நிறுவனம் என்று வளர்த்தேன்.

"மேரி ஹாட் அ லிட்டில் லாம்ப்" என்று பாடி போனோகிராபியில் பதிவு செய்து பார்த்தேன். அது மீண்டும் என் பாட்டை எனக்குப் பாடிக் காட்டியது. இப்படி மும்முரமாகச் செய்த பல ஆராய்ச்சிகளை ஒரு கட்டத்துக்கு மேல் நகர்த்தாமல் அப்படியே விட்டிருக்கிறேன். சில ஆராய்ச்சிகளில் என்னோடு சேர்ந்து மற்றவர்களும் வேலை செய்தார்கள். மின் விளக்குகளுக்கான நிறுவனத்தை ஆரம்பித்தேன். எண்ணெய் விளக்குகளிலிருந்து மின் விளக்குகளுக்கான பயணம் அங்கிருந்துதான் ஆரம்பித்தது. அதன் காப்புரிமையை வேறொருவருக்குக் கொடுத்துவிட்டு அடுத்த வேலையைப் பார்க்க ஆரம்பித்து விட்டேன்.

அதற்குப் பின் கனிமங்களைப் பிரிக்கும் ஆராய்ச்சி. சில நேரங்களில் எதற்கு அதைச் செய்கிறேன் என்று யோசித்ததுகூட இல்லை. யாருக்கும் பயனில்லை என்று தெரிந்த பின்னர் பாதியில் விட்டு அடுத்த ஆராய்ச்சிக்குச் சென்றேன்.

இப்படி நான் ஆரம்பித்துப் பாதியில் விட்ட ஆராய்ச்சிகள் ஆயிரம் கூட இருக்கலாம். ஆனால் அதில் பாதியாவது இன்னொரு கண்டுபிடிப்புக்கு அடித்தளமாக அமைந்திருக்கிறது.

அறிவியல் ஆராய்ச்சி உலகத்தில் இந்த எடிசனுக்கான இடம் எப்பொழுதும் இருக்கும்.

தாமஸ் ஆல்வா எடிசன்

7. தாத்தா சொல்லும் டாடா கதை

பிறந்தது வளர்ந்தது எல்லாம் அரண்மனையில். வாழ்க்கை என்றால் அரசனானாலும் ஆண்டியானாலும் கஷ்டங்களைச் சந்திக்காமல் இருக்க இயலாதே? அதற்கோர் உதாரணம் என் வாழ்க்கை.

பரம்பரைத் தொழிலதிபர்கள் நிரம்பிய எங்கள் குடும்பத்தில் அனைவரும் கூட்டுக் குடும்பமாகவே இருந்தோம் - என் பெற்றோர்களைத் தவிர்த்து. அம்மா அப்பா பிரிந்ததை இப்பொழுதும் என்னால் ஏற்றுக் கொள்ள முடியவில்லை. அச்சிறிய வயதில் அது பெரும் ரணமாக இருந்தது. அம்மா அப்பாவுடன் சேர்ந்திருக்கும் குழந்தைகளை எங்கு பார்த்தாலும் ஓர் ஏக்கம் வரும்.

பாட்டியின் அரவணைப்பும் அன்பும் என்னை வளர்த்தெடுத்தது. பள்ளிப் படிப்பை முடித்துக் கட்டிடக்கலை படிக்க வேண்டும் என்று ஆசைப்பட்டேன். அப்பா எலக்டிரிக்கல் இஞ்சினியரிங் படிக்க நியூயார்க் அனுப்பிவிட்டார். எனக்கும் அப்பாவுக்கும் எப்போதும் எதிலும் இழுபறிதான். பெரும்பாலும் அவரே ஜெயித்தார்.

பாட்டி என் பக்கம் நின்றதால், கட்டிடக்கலை மற்றும் ஸ்டரக்சுரல் இஞ்சினியரிங் படிப்பை கார்னல் பல்கலைக்கழகத்தில் முடித்தேன். பெரிய நிறுவனத்தில் நல்ல வேலை. பரம்பரைத் தொழில்

சாம்ராஜ்யம் எனக்கு வேண்டாமென்று முடிவு செய்திருந்தேன். ஹார்வார்டில் மேலாண்மைப் படிப்பும் முடிந்தது. நான் நினைத்த மாதிரி என் வாழ்க்கை நகர ஆரம்பித்திருந்தது .

காதலும் கை கூடியது. மணமேடையில் உட்கார்ந்து இவள் என் மனைவி என்று உலகத்துக்குச் சொல்வது மட்டும் தான் பாக்கி. என் பாட்டிக்கு உடல் நிலை சரியில்லை என்று இந்தியாவிலிருந்து அழைப்பு வந்தது. கண்டிப்பாகப் போக வேண்டும். கூடவே காதலியையும் அழைத்துச் செல்ல முடிவு செய்தேன். அப்போது இந்தோ- சீனப் போர் நடந்து கொண்டிருந்தது. அவள் இந்தியா வருவது சரியில்லை என்று அவள் பெற்றோர்கள் முடிவு செய்தார்கள். என்னில் பாதியை அங்கேயே விட்டுவிட்டு இந்தியா திரும்பினேன். அதற்குப் பின்னர் காலம் எங்களை நிரந்தரமாகப் பிரித்துவிட்டது. வாழ்க்கையில் கல்யாணம் என்பதே இல்லாமல் போய்விட்டது.

வீடு திரும்பிய பின்னர் பாட்டியின் உடல் நலத்தில் அக்கறை செலுத்தினேன். அவர் சொல்லும் கதைகளுக்கு நான் அடிமை. உடல் நலத்தில் முன்னேற்றம் இருந்தது. அப்போது நியூயார்க் சென்றிருந்தாலும்கூட விட்ட இடத்தில் என் வாழ்க்கையைத் தொடங்கியிருக்க முடியும். ஆனால் சூழல் வேறாக மாறியது. எங்கள் குடும்பத் தொழிலின் தலைமைப் பொறுப்பில் இருந்த ஜி.ஆர்.டி. டாடா என்னை அழைத்து வேலையில் சேரும்படிப் பணித்தார். அப்பா சொல்லி இருந்தால் ஒரு வேளை கேட்காமல் போயிருப்பேன். அவர் வார்த்தையைத் தட்ட முடியவில்லை.

ஸ்டீல் தயாரிக்கும் நிறுவனத்தில் கடைக்கோடித் தொழிலாளருடன் என் பயணம் ஆரம்பித்தது. அதற்குச் சில ஆண்டுகளுக்குப் பின்னர் எம்ப்ரஸ் என்ற மில் நிறுவனத்தை ஆரம்பித்தேன். ஐம்பது லட்சம் இருந்தால் தொழிலை விரிவுபடுத்த முடியும். அது தேவையாக இருந்தது. ஆனால் தலைமைப் பொறுப்பில் இருந்தவர்கள் அதைக் கொடுக்க மறுத்துவிட்டார்கள். சில மாதங்களில் அதை இழுத்து மூட வேண்டிய நிலை.

ஜி.ஆர்.டி சொல்லும் வேலையை எல்லாம் செய்தேன். அவர் எனது குருவாக மாறிப்போனார். ஒரு கட்டத்தில் அவர் பொறுப்பை என் கையில் ஒப்படைத்தார். உடனிருந்தவர்கள் பதறிப் போனார்கள். இவன் என்ன செய்துவிடப் போகிறான் என்று போராட்டம்

செய்தார்கள். ஆனால் நான் தான் தலைவர் என்று அழுத்தமாக அவர் அறிவித்துவிட்டார். என் தோள்களில் சுமை அளவுக்கு அதிகமாகக் கூடிப் போனது.

கார்த் தொழிலில் என் கவனம் சென்றது. புதுவிதமான கார் ஒன்றைத் தயாரித்து விற்க எல்லா ஏற்பாடுகளும் செய்தேன். நான் நினைத்தது வேறு நடந்தது வேறு. சரி, இதற்கு மேல் இது சரிப்பட்டு வராது என்று முடிவு செய்து, உலகத்தின் மிகப் பிரபலமான ஃபோர்ட் நிறுவனத்திற்கு அதை விற்கச் சென்றேன். வரவேற்றார்கள். ஆனால் போன வேலை நடக்கவில்லை. "உன்னை யார் தெரியாத தொழிலை ஆரம்பிக்கச் சொன்னது?" என்று புண்பட்ட மனத்தை மேலும் ரணமாக்கி அனுப்பினார்கள்.

என்னைச் சுற்றி ஆயிரம் பேர் அவநம்பிக்கையாக இருந்தார்கள். நான் விடா முயற்சியுடன் இருந்தேன். காலம் எப்பொழுதும் கை கொடுக்கவில்லை என்றாலும் ஒரு நாள் வந்தது, ஃபோர்ட் நிறுவனத்தில் இக்கட்டான சூழலில் ஜாகுவார் காரை வாங்கி எங்கள் நிறுவனத்திடம் இணைத்தேன். என்னைத் தலைவர் ஆக்கிய ஜே.ஆர்.டி டாடாவின் நம்பிக்கையை நான் பல தோல்விகளுக்குப் பின்னர்தான் பூர்த்தி செய்தேன். தள்ளாடும் வயதிலும் நூற்றுக்கணக்கானோருக்கு வழிகாட்டியாக இருப்பதற்குக் காரணம் நான் ரத்தன் டாட்டா என்பதாலோ பெரிய தொழிலதிபர் என்பதாலோ அல்ல. வாழ்நாள் முழுதும் சந்தித்த தோல்விகளும் அவை கற்றுக் கொடுத்த பாடங்களும் மட்டுமே.

ரத்தன் டாடா

8. ஜைஸ்வால்

எங்கள் சூரியவன் கிராமத்தில் அதிக வயல்களும் குறைவான வீடுகளும் இருந்தன. வீட்டில் இருக்கும் செய்தித் தாள்களைச் சுருட்டி, பேட்டாக கற்பனை செய்து சுழற்றிக் கொண்டு இருப்பதுதான் எனது பொழுதுபோக்கு. பேட்டையும் பந்தையும் வாங்கிக் கொடுத்து நீ விளையாடு என்று சொல்ல எங்கள் வீட்டில் வசதி இல்லை. ஊரில் மைதானமும் இல்லை. பத்துவயதில் பேட்டை சுழற்றும் கனவு பெரிதாகியது. உத்திரப் பிரதேசத்தில் இருக்கும் என் கிராமத்தைவிட்டு மும்பையை நோக்கிக் கிளம்பினேன்.

தெரு விளக்குகளும் மக்கள் கூட்டமும் முதலில் என்னைப் பரவசப்படுத்தியது. இருப்பினும் இருக்கவோர் இடமும், உண்ணச் சிறிது உணவும் வேண்டும் என்ற அவசியம் இருந்தது. ஒரு சின்ன பெட்டிக் கடையில் வேலை கிடைத்தது. யார் எப்படி வந்தாலும் மும்பை ஒரு வழி காட்டும் என்று தெரிந்து கொண்டேன். கடையில் வேலை செய்து கொண்டு கிரிக்கெட் மைதானத்துக்கு விளையாடப் போகமுடியவில்லை. கடைக்காரர் என்னை வேலையிலிருந்து நிறுத்திவிட்டார். வேலை இல்லை என்று கவலைப்படவில்லை. ஆனால், இருக்க இடம் இல்லை என்று தவித்தேன்.

அங்கிருந்த சில வாரங்களில் அஜாத் மைதானத்தில் வேலை பார்த்துக்கொண்டிருக்கும் தோட்டக்கார அண்ணன்களின் பழக்கம் ஏற்பட்டது. என் நிலையைப் பார்த்து அவர்கள் கூடாரத்தில் எனக்கும் ஓர் இடம் கொடுத்தார்கள். தொலைபேசியில் பேசும்போதெல்லாம், வீட்டுக்கு வந்துவிடு வந்துவிடு என்று அம்மா கெஞ்சுவார்.

நான் கண்விழித்தவுடன் கிரிக்கெட் மைதானம் கண்ணில் தெரிகிறது. எல்லாம் சரியாகப் போய்க் கொண்டிருக்கிறது என்று அம்மாவை ஒவ்வொருமுறையும் சமாதானப்படுத்தினேன்.

மைதானத்தில் காலையில் வேலைப் பார்த்துவிட்டு மாலையில் அந்த அண்ணன்மார்கள் பானிபூரி விற்கப் போவார்கள். அவர்களோடு சேர்ந்து நானும் பானி பூரி விற்க ஆரம்பித்தேன். ஆனால் ஒருபோதும் ஊருக்குச் செல்ல வேண்டுமென்று தோன்றவில்லை. எல்லா காத்திருப்புக்கும் ஒரு பலன் இருக்கும் அல்லவா? அந்த மைதானத்தின் கோச்சாக ஜவால் சிங் இருந்தார். மற்ற மாணவர்களுக்கு அவர் சொல்லிக் கொடுக்கும் ஒவ்வொன்றையும் நான் கூர்ந்து கவனித்து வந்தேன். என்னைப் பற்றித் தெரிந்து கொண்ட அவர் எனக்கு உதவ முடிவெடுத்தார். கிரிக்கெட் சொல்லிக் கொடுப்பதோடு மட்டுமல்லாமல், தங்க இடம், சாப்பிடச் சத்தான உணவு போன்றவற்றுக்கும் பொறுப்பேற்றுக் கொண்டார்.

தூரத்திலிருந்து பார்த்துக் கொண்டிருந்தபோது இல்லாத பதற்றம் பயிற்சி எடுக்கும்போது இருந்தது. ஆயிரம் தவறுகளை விதவிதமாகச் செய்தேன். ஆனால் எனது ஆசானின் கண்களுக்கு என் ஆர்வமும், அர்ப்பணிப்பும் உழைப்பும்தான் தெரிந்தது. பொறுமையாக கிரிக்கெட்டை சரியாக விளையாட அவர் கற்றுக் கொடுத்தார். அது என்னைக் கொஞ்சம் கொஞ்சமாகச் செதுக்கியது. இரவு பகல் பார்க்காமல் மைதானத்தில் விளையாடினேன். பயிற்சி, மைதானம் என்று ஆண்டுகள் கழிந்தன. ஒரு நாளும் சோர்ந்து போய் மைதானத்திற்குப் போகாமலிருந்ததில்லை. என் பயிற்சியை விடாமல் தொடர்ந்தேன். துவண்டு விழும்போதெல்லாம் ஆசான் தோள்களைத் தட்டிக் கொடுத்து ஊக்கமளிப்பார்.

லிஸ்ட் *A* பிரிவில் விளையாட வாய்ப்பு கிடைத்தது. 2019-ஆம் ஆண்டு அந்தக் குழுவில் விளையாடிய இளம் வயது வீரர் என்ற

பெருமை கிடைத்தது. அதுமட்டுமின்றி 203 ரன்கள் எடுத்து முன்னிலையில் இருந்தேன்.

மீண்டும் சின்ன வாய்ப்பு பெரிய வாய்ப்பு என்று ஏதாவது கிடைத்துக் கொண்டிருந்தது. ரஞ்சி கோப்பையில் விளையாட வேண்டும் என்பது ஒவ்வொரு கிரிக்கெட்டரின் கனவாக இருக்கும். எனக்கும் இருந்தது. அதிலும் விளையாடினேன்.

எனது பதினெட்டாவது வயதில் ஐ.பி.எல்.லில் விளையாட வாய்ப்பு தேடி வந்தது. ராஜஸ்தான் ராயல்ஸ் என்னை 2.4 கோடிகள் கொடுத்து அணியில் சேர்த்துக் கொண்டது.

சூரியவன் கிராமத்தில் எங்கோ ஒரு வயலில் விளையாடிக் கொண்டிருக்க வேண்டிய இந்தச் சிறுவன் கிரிக்கெட் உலகத்தில் யஷஸ்வி ஜெய்ஸ்வாலாக இன்று வலம் வந்துகொண்டிருக்கிறேன்.

யஷஸ்வி ஜெய்ஸ்வால்

9. எலி செய்த மாயம்

அனைவரும் ஓடியாடி விளையாடிய வயதில் நான் ஓவியம் தீட்டுவதில் ஆர்வம் காட்டினேன். வீட்டில் எப்போதும் களேபரமாக இருக்கும். எனக்கு மூன்று அண்ணன்கள். ஒரு தம்பி. அப்பாவின் பொழுதுபோக்கு மகன்களை அடித்துச் சித்திரவதை செய்வது. கிடைக்கும் வருமானத்தில் எங்களை வளர்க்க அவர் பெரும்பாடுபட்டிருக்க வேண்டும். அதுவே பின்னாளில் எங்கள் மீது வெறுப்பாக மாறியிருக்கும் என்று நினைக்கிறேன்.

அண்ணன்கள் ஒவ்வொருவராக வீட்டை விட்டு ஓடிப் போனார்கள். எனக்கு அடைக்கலமாக என் ஓவியம் இருந்தது. ஒரு காகிதம், ஓர் எழுதுகோல் போதும்- எனக்கான உலகத்தை உருவாக்கிக் கொள்ள. படிப்பு, வேறு விருப்பங்கள் என்றெல்லாம் எதுவும் இல்லை. எனக்குத் தெரிந்தது, கை வருவது வரைதல் மட்டும்தான். அண்ணன்களைப் போல் நானும் வீட்டிலிருந்து வெளியேற நினைத்தேன். ஓட விருப்பமில்லை. முதலாம் உலகப் போர் நடந்து கொண்டிருந்த சமயம். வீட்டிற்கும் அதற்கும் பெரிய வித்தியாசம் இல்லை என்று தோன்றியது. போர்க்களத்தில் வேலையைத் தேடினேன். ஆம்புலன்ஸ் ஓட்டுநராக வேலை கிடைத்தது.

சிறிது காலம் அங்கிருந்துவிட்டு வீடு திரும்பினேன். வெறுமை என்னைச் சூழ்ந்து கொண்டது. என்னை மீட்டெடுக்க மனிதர்களால் முடியாது என்று தெரியும். கன்சா நகரத்தில் இருந்த ஓர் ஓவியக் கூடத்தில் உதவியாளராக வேலைக்குச் சேர்ந்தேன்.

நாள் முழுதும் வரையச் சொன்னாலும் வரைவேன், வருவதை மட்டும்தானே செய்ய முடியும்? "இதை வைத்து ஒரு தொழில் தொடங்கினால் என்ன" என்ற யோசனை வந்தது. பெரிய அண்ணனிடம் சென்று சொன்னேன். இருவரும் முயற்சி செய்து பார்க்கலாம் என்று முடிவெடுத்து ஆரம்பித்தோம்.

கார்ட்டூன் வரையும் ஓவியக் கூடம். "லாஃப் ஓ கிராம் ஸ்டூடியோ" என்று பெயர் வைத்தோம். இரண்டு வருடம் மட்டுமே தாக்குப் பிடிக்க முடிந்தது. ஆரம்பித்த தொழில் துடைத்துக் கொண்டு சென்றது. என் கையில் மிச்சம் இருந்தது நாற்பது டாலர்கள் மட்டுமே.

அதை வைத்துக்கொண்டு லாஸ் ஏஞ்சல்ஸ் சென்றேன். நடிக்கலாம் என்று ஓர் ஆசை. லாஸ் ஏஞ்சல்ஸ் தெருக்களில் ஒன்று விடாமல் நடந்தேன். ஒரு ஸ்டூடியோவையும் விடவில்லை. ஏறி இறங்கியது தான் மிச்சம். வாழ்க்கை என்னவோ பூஜ்ஜியத்திலேயே இருந்தது. வாழ்க்கையில் எதுவும் வீண் போகாது. போகக்கூடாது என்று எனக்கு நானே சொல்லிக்கொண்டேன். வேலை கிடைக்கவில்லை என்றால் என்ன? நல்ல யோசனை ஒன்று சிக்கியது.

அண்ணன் ராயை லாஸ் ஏஞ்சல்ஸ்க்கு வரவழைத்தேன். கலிபோர்னியா நகரில் அதிகமான அனிமேஷன் ஸ்டூடியோ இருந்தது. நாமும் ஒன்று ஆரம்பிக்கலாம் என்று அவனைச் சம்மதிக்க வைத்தேன். நான் ஆரம்பித்த முதல் ப்ராஜக்ட், என் முதல் படைப்பு ஓஸ்வால்ட் தி லக்கி ராப்பிட்(*Oswald the lucky rabbit*). என் முயல் வேகம் பிடித்தது. ஓர் அனிமேஷன் ரீலில் வந்து பிரபலமானது. இந்த பிராஜக்ட்டில் எனது கூட்டாளியாக யூனிவர்சல் ஸ்டூடியோ இருந்தது. மகிழ்ந்து கொண்டாடி அடுத்த படைப்புக்கு என் மனம் தயாராகிக் கொண்டிருந்த வேலையில், அந்த அதிர்ச்சியான செய்தி வந்தது.

என்னுடன் வேலை செய்து கொண்டிருந்த அத்தனை பேரும் குழுவாகக் கிளம்பி யூனிவர்சலில் சேர்ந்து கொண்டார்கள். அதுமட்டுமின்றி நான் உருவாக்கிய ஓஸ்வால்டின் காப்புரிமை இனி யூனிவர்சலுக்குத் தான் சொந்தம் என்று தெரிய வந்தது. படித்துப் பார்க்காமல் உடன்படிக்கையில் கையொப்பம் இட்டதுதான் இந்த இழப்புக்குக்காரணம் என்று தெரிந்தது. அவர்களோடு நின்று போராட எனக்குத் தெம்பில்லை. என் நிலைமை அவர்களுக்கும்

நன்றாகத் தெரியும். இணைந்து வேலை செய்ய மீண்டும் சில நிபந்தனைகளை வைத்தார்கள். எனக்கு அதில் விருப்பமில்லை என்று சொல்லிவிட்டு கலிபோர்னியா செல்லும் ரயிலில் ஏறினேன்.

மனம் முழுக்க துரோகத்தின் வலியும், இழந்ததின் ஏக்கமும் மாறி மாறி என்னைப் படுத்தியது. சிறு வயதில் அப்பாவின் சித்திரவதையிலிருந்து தப்பிக்க ஓவியம் தீட்ட ஆரம்பித்தேன் அல்லவா? அந்தப் பழக்கம் தான் வாழ்நாள் முழுதும் என்னைத் தாங்கிப் பிடித்தது. ரயிலின் இருக்கையை என் ஓவியக் கூடமாக நினைத்துக் கொண்டேன். ஒரு காகிதம், ஒரு எழுதுகோல் போதாதா? எலி ஒன்றை வரைந்தேன். ஏன் எலியை வரைந்தேன் என்று தெரியவில்லை. ஆனால் சுமாராக இருந்த எலியின் மீது என் கற்பனை அனைத்தையும் ஏவி விட்டேன். என் வலியிலிருந்து மீள அது தேவையாக இருந்தது.

என் எலி உலகத்தில் இருந்த எலிகளைவிடச் சிறந்ததாக இருக்கிறது என்று நம்பினேன். அது எனக்குக் கை கொடுக்கும் என்ற எதிர்பார்ப்பும் பொய்த்துப் போனது. சென்ற இடமெல்லாம் தோல்வி. ஓர் இடம் அல்ல... முந்நூறு பேர் அதை நிராகரித்தார்கள். எல்லா நிராகரிப்புகளுக்குப் பின்னர் அது திரையில் தோன்றியது.

என் நிறுவனத்திற்கு என் எலி மூலம் மூச்சுவிட அவகாசம் கிடைத்தது. அந்த எலியின் பெயர் தான் "மிக்கி மவுஸ்." உலகத்தில் பிறக்கப் போகும் ஒவ்வொரு குழந்தையும் என் மிக்கி மவுஸை கொண்டாடப் போகிறார்கள் என்று அன்று எனக்குத் தெரிந்திருக்க வில்லை. விடாமுயற்சியோடு தோல்விகளைக் கடந்து வந்ததால் மட்டுமே வால்ட் டிஸ்னி இன்று உங்கள் மனங்களில் இடம் பிடித்திருக்கிறார்.

வால்ட் டிஸ்னி

10. கோம் கண்ட கனவு

"நான் வயலுக்குப் போய்ட்டு வரேன். அதுவரை உன் தம்பியையும் தங்கச்சியையும் பார்த்துகோ. வீடு பெருக்கி சுத்தம் பண்ணு. அப்படியே அடுப்புல கஞ்சி வச்சுடு" என்று அம்மா சொல்வது அனுதினமும் நடக்கும். மணிப்பூரில் இருக்கும் கங்காத்தே கிராமத்தில் சிறிய நிலத்தைக் குத்தகைக்கு எடுத்துப் பெற்றோர் விவசாயம் செய்து வந்தார்கள். ஏழ்மையான குடும்பம் என்றாலும் நாங்கள் பள்ளிக்குச் செல்ல வேண்டும் என்பதில் அப்பா உறுதியாக இருந்தார். எனக்கு வீட்டு வேலை முடித்து பள்ளி சென்று படிப்பது அத்தனை சுவாரஸ்யமாக இல்லை. அவ்வப்போது தம்பி தங்கைகளையும் பார்த்துக் கொள்ள வேண்டும் என்பது படிப்பைக் கூடுதல் சுமையாக நினைக்க வைத்தது.

பள்ளிக்குச் செல்ல ஒரு காரணம் இருந்தது. அங்கு இருக்கும் குழந்தைகளுடன் விளையாட முடியும். மைதானத்தில் ஓட்டப் பந்தயத்தில் ஓட முடியும். கிராமம் என்பதால் ஐந்தாவது வரை ஒரு பள்ளி, அதற்குப் பின் இரண்டு வருடம் இன்னொரு பள்ளி. எத்தனை பள்ளிகள் மாறினாலும் படிப்பு என்பது விளையாட்டுக்குப் பின்பு தான் என்பது எனக்குத் தெரியும்.

எட்டாம் வகுப்பு படித்துக் கொண்டிருக்கும்போது ஓட்டப்பந்தயத்திலும் ஈட்டி எறிதல் போட்டியிலும் வெல்லப் போவது நான் மட்டுமே என்ற நிலை உருவானது. விளையாட்டுத் துறையில் என் ஆர்வம் பலமடங்கு அதிகரித்தது.

அப்போது மணிப்பூரிலிருந்த பாங்காக் ஆசிய விளையாட்டுப் போட்டிகளில் பங்கு பெற்ற டிங்கோ சிங் என்ற குத்துச்சண்டை வீரர் தங்கப் பதக்கத்தோடு நாடு திரும்பினார். மணிப்பூர் அவரைக் கொண்டாடித் தீர்த்தது. அந்தக் காட்சிகளும் செய்திகளும் என் மூளையையும் மனத்தையும் பித்துப்பிடிக்கச் செய்தது. நான் என்னை டிங்கோ சிங் இடத்தில் வைத்து கற்பனை செய்ய ஆரம்பித்தேன். மனம் தானாகக் குத்துச்சண்டையின் பால் சென்றது. எவரிடம் சென்று கற்றுக்கொள்வது என்று யோசிப்பதற்கு முன் அப்பாவின் முகம் கண்முன் தோன்றி மறையும்.

எட்டாம் வகுப்பு முடித்த பின்னர் ஒன்பதாம், பத்தாம் வகுப்பு படிக்க பக்கத்திலிருக்கும் இம்பாலாவுக்குச் செல்ல வேண்டி இருந்தது. எங்கு சென்றால் என்ன, இனி குத்துச்சண்டைதான் எல்லாம் என்று எனக்குள் முடிவு செய்து கொண்டேன். ஒன்பதாம் வகுப்பு படிக்கும் போது எனக்குக் கிடைத்த பெரிய பொக்கிஷம் கோச் கோசன மெய்தேய். அவர் தான் குத்துச்சண்டையின் அடிப்படைகளை எனக்குப் புரியவைத்தார். ஒன்பதாம் வகுப்பில் எப்படித் தேறினேன் என்றெல்லாம் எனக்குத் தெரியாது. ஆனால் குத்துச்சண்டையில் ஓரளவு தேறி வந்தேன். பத்தாம் வகுப்பில் மற்ற மாணவர்கள் அனைவரும் புத்தகமும் கையுமாக அலைய, நான் குத்துச்சண்டைப் பயிற்சியில் முழு மூச்சாக இறங்கினேன்.

மாநில அளவில் நடந்த குத்துச்சண்டைப் போட்டியில் வெற்றி பெற்றேன். என் முதல் வெற்றி. நாளிதழில் என் புகைப்படத்துடன் செய்தியாக வெளிவந்தது எனக்குத் தெரியாது. வென்றதுடன் அதை மறந்து விட்டேன். அப்பாவிடமிருந்து மறைத்துவிட்டேன் என்று நினைத்திருந்தேன். செய்தித்தாளை வீட்டுக்குக் கொண்டு வந்தவரின் முகம் சிவந்திருந்தது.

குத்துச்சண்டையை விட்டுப் படிப்பில் கவனம் செலுத்த வேண்டும் என்று கட்டளையிட்டார். அப்பாவின் கோபம் என்னைப் பதறவைத்தது. விளையாடும்போது ஒருவேளை முகத்தில் அடிபட்டால் யாரும் என்னைத் திருமணம் செய்ய முன்வர

41

மாட்டார்கள் என்பதுதான் அப்பாவின் பயம். ஊர் மக்களின் வெற்று வாய்க்கு அவலாகிப் போனேன்.

ஆண்கள் விளையாடும் விளையாட்டில் இருக்கும் என் ஆர்வத்தைப் பார்த்து அவர்கள் கேலி செய்தார்கள். ஒரு பக்கம் கிராமத்துப் பெரியவர்கள். இன்னொரு பக்கம் ஊரின் இளைஞர்கள். அனைவரும் என்னைக் கேலி செய்தார்கள். அப்பாவோ அடங்காப் பிடாரியைப் பெற்றுவிட்டோம் என்று நொந்து கொண்டார். இந்தக் களேபரம் என்னைக் காயப்படுத்தியது என்றாலும் என் கனவை அசைத்துப் பார்க்கும் சக்தி யாரிடமும் இருக்க முடியாது என்று உறுதியாக நம்பினேன்.

பள்ளியில் பரீட்சை எழுதினேன். இன்னொரு குத்துச்சண்டை மைதானத்துக்கு அழைத்துச் சென்றிருந்தால் என் உயிரைக் கொடுத்து ஜெயித்திருப்பேன். ஆனால் பரீட்சையில் தோல்வி. பத்தாம் வகுப்பில் நான் தேறவில்லை என்பதை அப்பாவால் ஜீரணிக்க முடியவில்லை. கனவு கண்டால் மட்டும் போதாது, சமயத்தில் பிடிவாதமும் முக்கியம் என்பது புரிந்தது. அப்பாவைச் சமாதானப்படுத்தி அவர் ஆசியோடு என் கனவைத் தொடர்ந்தேன்.

அப்போது குமான் லம்பாக்கில் எம்.நர்ஜித் சிங் மாநில குத்துச்சண்டைப் பயிற்சியாளராக இருந்தார். அவரிடம் சென்று குத்துச்சண்டை பயின்றேன்.

கனவெல்லாம் ஒன்றே ஒன்றுதான், ஒலிம்பிக்கில் தங்கப் பதக்கம் வெல்ல வேண்டும். என் நாட்டுக்கும் மணிப்பூருக்கும் பெருமை சேர்க்க வேண்டும். ஆனால் அதற்கான பாதை அவ்வளவு சுலபமாக இருக்கவில்லை. வாய்ப்புக் கிடைக்கும் வரை பயிற்சியை மட்டும் விடவில்லை. இந்தியாவிற்குள் நடக்கும் குத்துச் சண்டை போட்டி ஒன்று விடாமல் கலந்து கொண்டேன். பதக்கங்களும் பரிசுகளும் கிடைத்தன.

இலட்சியத்தை நோக்கிப் பயணித்த என் மனத்தில் காதல் மலர்ந்தது. நான்கு வருடம் கழித்து 2004-ஆம் ஆண்டு திருமணமும் செய்து கொண்டேன். ஆனால் என் கனவு மட்டும் என்னைத் தொடர்ந்து வந்துகொண்டிருந்தது. வாய்ப்புகளுக்குக் காத்திருக்க வேண்டும் என்ற நிலை. அதுவரை போட்டிகளில் கலந்து கொள்வதைத் தவிர்த்து வந்தேன். இல்லறமும் முக்கியம் என்று முடிவு செய்தேன்.

முதல் பிரசவத்தில் இரட்டையர்கள் பிறந்தார்கள். ஆடி ஓடி விளையாடிய எனக்குச் சுகப் பிரசவம் ஆகாதது ஆச்சரியமாக இருந்தது. உடல் நிலை தேறி வர இரண்டு வருடங்கள் ஆனது. எனது இரட்டையர்களைப் பார்த்துக் கொள்ள கணவர் தயாரானார். மீண்டும் குத்துச் சண்டைப் பயிற்சியை ஆரம்பித்தேன். முன்பு போல் உடல் சட்டென்று என் எண்ணங்களை உள்வாங்கிக் கொள்ளவில்லை. நானும் விடவில்லை. இந்த முறை நான் தவறவிட்டால் என்றும் என் கனவு நிறைவேறாமல் போய்விடும் என்று பயந்தேன்.

மூன்று வருடங்களுக்குப் பின் இந்தியாவில் நடந்த ஆசியப் பெண்கள் குத்துச் சண்டை போட்டியில் வெள்ளிப் பதக்கம் வென்றேன். அதற்குப் பின் பீஜிங், வியட்நாம், கஜகஸ்தான், மேற்கிந்தியத் தீவில் நடைபெற்ற அனைத்துப் போட்டிகளிலும் தங்கத்தை வென்று வந்தேன்.

மேரி கோம் என்ற பெயரைக் குத்துச் சண்டை இதிகாசத்தில் பதித்துவிட்டேன். என் கனவுகள் இன்றும் விரிந்து கொண்டே செல்கின்றன.

மேரி கோம்

11. ஓப்ரா

பிறப்பதற்கு முன்பே நான் தேவையா இல்லையா என்ற விவாதம் ஆரம்பித்துவிட்டது. எனது தாய், மிக இளம்வயதில் என்னைப் பெற்றெடுத்தார். அப்போது அவருக்குத் திருமணம் ஆகியிருக்கவில்லை. பெற்றெடுத்த கையோடு பாட்டியின் பராமரிப்பில் விட்டுவிட்டார். எனக்கு ராகு காலம் அப்போதே ஆரம்பித்துவிட்டது.

பாட்டி மிக மிகக் கண்டிப்பானவர். அரவணைப்பு, அன்பு இதெல்லாம் பேச்சுக்குக்கூட என் பக்கம் வரவில்லை. அவ்வப்போது தேவாலயம் போவதும் பைபிள் படிப்பதும் எனக்கு ஆசுவாசமாக இருந்தது. ஆம்.... மூன்று வயதிலிருந்தே பைபிள் அத்துப்படி. எல்லாம் பாட்டி செய்த மாயம்.

சில வருடங்களுக்குப் பின்னர் அம்மாவிடம் சென்றேன். அப்போது என் வயது ஒன்பது இருக்கும், அக்கம்பக்கத்தார் மட்டுமல்ல, உறவினர்களும் பாலியல் வன்கொடுமை செய்தார்கள். அதற்குப் பின், யார் யார் கைகளில் நான் பொம்மையாகிப்

போனேன் என்பது நினைவிலேயே இல்லை. பதினான்கு வயதில் கர்ப்பமானேன்.

என்ன வாழ்க்கை இது என்று தோன்றுகிறதல்லவா? எதற்காகப் பிறந்தேன்? ஏன் இப்படி இருக்கிறேன்? எந்தக் கேள்விக்கும் அப்போது என்னிடம் விடையில்லை.

அம்மா என்னை அப்பாவிடம் அனுப்பினார். பள்ளியில் சேர்த்தார். அவருக்கு என் கர்ப்பத்தைப் பற்றி ஒன்றும் சொல்லவில்லை. எப்படிச் செல்வேன்? புரியாத வயதல்லவா?

வாழ்க்கையில் ஒரே ஒரு விஷயம் மட்டும் ஆரம்பத்திலிருந்தே சரியாக நடந்து வந்தது. உனக்கா என்று கேட்கிறீர்களா? ஆம். பாட்டியிடம் இருந்த காலத்தில் தேவாலயம் சென்று மேடையில் நின்று பேச ஆரம்பித்தது பள்ளியிலும் தொடர்ந்தது. படிப்பிலும் கெட்டிக்காரி. பேச்சுப் போட்டி, பட்டிமன்றம் என்று வந்துவிட்டால் நானே ராணி.

முழுப் பூசணிக்காயைச் சோற்றில் மறைக்க முடியுமா? என் கர்ப்பத்தைப் பற்றி அப்பாவுக்குத் தெரிந்துவிட்டது. அம்மா செய்த அதே தவற்றை நானும் செய்வேன் என்று அவர் எதிர்பார்த்திருக்கவில்லை. செய்வதறியாது குழம்பினார்.

பிள்ளையும் பிறந்தது. ஆண் பிள்ளை. கேனான் என்று பேர்கூட வைத்தேன். ஆனால் ஏழு நாள்கள் மட்டும் வாழ்ந்துவிட்டு சொர்க்கம் சென்று விட்டான். அப்பா அப்போது சொன்ன வார்த்தை, “இது உனக்குக் கிடைத்திருக்கும் இரண்டாவது வாய்ப்பு, சரியாக உபயோகித்துக் கொள்”. அந்த வார்த்தைகள் என் ஆழ் மனத்தில் சென்று தங்கிவிட்டது.

இருட்டுக்குப் பின் வெளிச்சம் என்பதைப் போல நினைத்ததைவிட நாள்கள் நம்பிக்கையாகத் தெரிந்தன. உள்ளூர் வானொலி நிலையத்தில் பகுதிநேர செய்தி வாசிப்பாளராக வேலை கிடைத்தது. கல்லூரியில் சேர்ந்தேன். டென்னிசி மாநில பல்கலைக்கழகம் கறுப்பர்களுக்கானது. பி.ஏ பட்டம் முடித்தேன். எங்கு சென்றாலும் உதவித்தொகை கிடைத்தது. தகவல் தொடர்பியலில் முதுகலைப் பட்டமும் முடித்தேன். நான்வீல் வானொலி நிலையத்தில் பிரைம் டைம் செய்தி இணைத் தொகுப்பாளராக வேலை கிடைத்தது. முழுநேர வேலை மட்டுமில்லை, கறுப்பின பெண்ணான என்

கண்களுக்கு அது மிகப்பெரிய வாய்ப்பு. ஆரம்பம் எல்லாம் அட்டகாசமாக இருந்தது. ஆனால் ஏனோ அந்த நிகழ்ச்சி படுதோல்வியில் முடிந்தது. என்னுடன் செய்தி வாசித்த வெள்ளையின ஆண் மேல் ஒரு பழியும் இல்லை. தோல்விக்கு முழுக் காரணம் என் மேல் போடப்பட்டது. ஏற்றுக்கொள்கிறேனோ இல்லையோ தோல்விக்கு நானே பொறுப்பு என்று அறிவித்து விட்டார்கள். இதிலிருந்து கற்றுக்கொண்டது தொலைக்காட்சி நிகழ்ச்சிகளில் உடன் பணியாற்றும் தொகுப்பாளருடன் நல்ல புரிதல் இல்லையென்றால் என்ன பாடுபட்டாலும் அது வீண்.

அதற்குப் பின்னர் பால்டிமோர் நகரில் இருக்கும் தொலைக்காட்சி நிறுவனத்தில் வேலை. வந்த வாய்ப்பைச் சரியாகப் பயன்படுத்திக் கொள்ள மனதைத் தயார் செய்தேன். தோல்விகளை மட்டுமே பார்த்து அனுபவித்த எனக்கு வாழ்க்கை மீது நம்பிக்கை சிறிது மிச்சம் இருந்தது. ஒரு தொடரில் தொகுப்பாளினியாக வேலை கிடைத்தது.

சாமானிய மக்களை நேர்காணல் செய்ய வேண்டும். அதைச் சரியாகச் செய்தேன். இருபத்தைந்து வருடங்கள் ஒரு தொடரில் தொடர்ந்து வேலை செய்வது சாதாரணமான விஷயமில்லை அல்லவா? அதை என் உழைப்புக்கான அங்கீகாரமாக எடுத்துக் கொண்டேன். அமெரிக்க மக்கள் என் நிகழ்ச்சியை விடாமல் பார்த்துக் கொண்டாடினார்கள்.

என் சொந்த தயாரிப்பு நிறுவனத்தை ஆரம்பித்தேன். ஆரம்பிக்கும் போதே தோல்வி. என்னை நம்பி வந்த முதலீட்டாளர்கள் இந்த முயற்சி தோல்வி என்றார்கள். நிலைமையைச் சரி செய்யச் சில காலம் பொறுமையாக இருக்கவேண்டி இருந்தது. என் நம்பிக்கை வீண் போகவில்லை என் நிறுவனம் செழித்து வளர்ந்தது.

படங்களை நண்பர்களோடு சேர்ந்து இயக்கினேன். என் கனவுத் திட்டமாக அது இருந்தது. ஒரு நாவலைப் படமாக்கினேன். சொல்லப்போனால் நடிக்கவும் செய்தேன். ஆனால் வாழ்கையில் அதுவரை பார்த்த தோல்விகளெல்லாம் ஒன்றுமில்லை என்பதைப் போல் இது அமைந்தது. சோர்ந்து போனேன். எதுவும் நிரந்தரமில்லை என்றால் அந்தத் தோல்வியும் நிரந்தரம் அல்லவே... மீண்டெழுந்தேன்.

இன்று அமெரிக்கர்களுக்கு மட்டுமல்ல, உலகில் உள்ள பெண்களுக்கெல்லாம் ஓர் எடுத்துக்காட்டாக மாறியிருக்கிறேன். ஓப்ரா வின்ஃப்ரே என்று நிகழ்ச்சி என் பெயரிலேயே இருபத்தைந்து வருடங்கள் ஒளிபரப்பானது. இதுதான் தோல்விகளைக் கடந்து கிடைத்த நிறைவு.

ஓப்ரா வின்ஃப்ரே

12. ரவுலிங்

அம்மா, அப்பா, தங்கை, நான் என்று எனது உலகம் மிகச் சிறியது. அப்பாவைப் பற்றிய அழகிய நினைவுகளில் ஒன்று அவர் எனக்காகப் புத்தகம் படிப்பார். அவர் எப்போது அதை நிறுத்தினார் என்று சரியாக ஞாபகமில்லை. நான் என் தங்கைக்குக் கதைகள் சொல்ல ஆரம்பித்தேன். அதில் முயல், யானை என்று அனைத்தும் பேசும். எனது ஆறாம் வகுப்பில் முயலை வைத்து ஒரு கதை எழுதினேன். எது தெரிகிறதோ இல்லையோ... கதைகள் மட்டும் நன்றாகவே எழுதவும் சொல்லவும் வரும் என்று அப்போதே எனக்குத் தெரிந்திருந்தது.

நான் வளரும்போது என்னுடன் சேர்ந்து கதைகளும் வளர்ந்திருக்க வேண்டும். ஆனால் அப்படி எதுவும் நடக்கவில்லை. பெற்றோர் கல்லூரிக்குச் செல்ல வேண்டும் என்றனர். கதை கற்பனை எல்லாம் வாழ்க்கைக்கு உதவாது கல்லூரிக்குச் செல் என்று கறாராகக் கூறிவிட்டார்கள்.

ஆக்ஸ்ஃபோர்ட் பல்கலைக்கழகத்தில் படிக்க வேண்டும் என்ற வேட்கையோடு படித்தேன். மூன்று பாடங்களில் ‘ஏ’ வாங்கி

ஒன்றில் மட்டும் 'பி' வாங்கினேன். இருந்தாலும் எனக்கு அங்கு படிக்க இடம் கிடைக்கவில்லை. காரணம் நான் தனியார் பள்ளியில் படிக்கவில்லை என்றார்கள். பாரிஸ் சென்று ஆங்கிலத்தில் பி.ஏ படித்தேன்.

எனது பதினைந்தாவது வயதில் அம்மாவுக்கு மல்டிபிள் ஸ்களீரோசிஸ் என்ற நோய் ஏற்பட்டுக் கிட்டத்தட்டப் பத்து வருடங்கள் போராடினார். அந்தச் சமயத்தில் ஒரு முறை மேன்சஸ்ட்டரிலிருந்து லண்டன் செல்ல ரயில் நிலையத்தில் காத்துக் கொண்டிருந்தேன். ஒரு மணி நேரம் நான்காக மாறியது. அப்போது தான் அந்தக் கதை எனக்குள் உதித்தது. கைக்குட்டையில் சீக்கிரமாகக் குறிப்புகளை எழுதி எடுத்துக் கொண்டேன். மெல்ல மெல்ல அந்தக் கதையையும் எழுத ஆரம்பித்தேன். அம்மாவின் இறுதிக் காலம் வரை நான் ஒரு புத்தகம் எழுத ஆரம்பித்திருக்கிறேன் என்பது அவருக்குத் தெரியவே தெரியாது. சொல்லக்கூடாது என்றில்லை. அம்மா இறந்து விடுவார் என்று எதிர்பார்க்கவில்லை.

அம்மா இல்லாத அந்த வீடு எனக்குச் சூனியமாக மாறிப்போனது. போர்ச்சுக்கலுக்குச் சென்றேன். அங்கோர் ஆரம்பப் பள்ளியில் ஆங்கிலம் கற்றுத் தரும் வேலை கிடைத்தது. அப்போதுதான், நான் என் காதலனைத் திருமணம் செய்தேன். ஒரு பெண் குழந்தை பிறந்தது. ஏனோ காதலிக்கும்போது இருந்த அன்பு கல்யாணமானபின் சட்டென்று காணாமல் போயிருந்தது. தினமும் அடி உதைக்கு என் உடம்பு பழக்கப்பட்டுப் போனது. என் உடம்போடு சேர்ந்து என் மனமும் துவண்டு போனது. இனி வாழ வேண்டாம் என்ற முடிவுக்கு வந்து தற்கொலை செய்து கொள்ள முடிவெடுத்தேன். அந்த நிமிடம் என் கண் முன் மகள் வந்தாள். இனி நான் அவளுக்காக வாழ்ந்தாக வேண்டும் என்று முடிவெடுத்தேன். எப்படியோ என் கணவனிடமிருந்து தப்பித்து எடின்பரே வந்து சேர்ந்தேன்.

கையில் இரண்டு மாதக் குழந்தை. பணம், தங்குவதற்கான இடம் எதுவும் இல்லை. எலிகள் புழங்கும் ஓரிடத்தில் எனக்கும் மகளுக்கும் தங்க ஓர் இடம் கிடைத்தது. யாரையும் சார்ந்து வாழக் கூடாது என்று மீண்டும் வேலையைத் தேடினேன். அப்போது அரசு கொடுக்கும் உதவித் தொகையாகச் சில பவுண்டுகள் கையில்

இருந்தன. மகளுக்குப் பால், பிஸ்கட் வாங்கப் போதுமானதாக இருந்தது. வேலை தேடி அலைந்து ஒரு வழியாகப் பிரெஞ்சு மொழி கற்றுக் கொடுக்கும் வேலை கிடைத்தது.

ஒரு பக்கம் வேலை மறுபக்கம் குழந்தை என்று வாழ்க்கை என்னை அலைக்கழித்துக் கொண்டிருந்தது.

நான் எழுத ஆரம்பித்த புத்தகத்தைத் தொடர வேண்டும் என்று முடிவெடுத்தேன். கிடைக்கும் நேரத்தில் கதை ஓட்டத்தைக் குறிப்பெடுத்துக் கொள்வேன். காலை நேரத்தில் குழந்தையை ப்ராமில் போட்டுக்கொண்டு பக்கத்தில் இருக்கும் காபிக் கடைக்குப் போய்விடுவேன். ஒரு காபியை வாங்கிக் கொண்டு எழுத ஆரம்பிப்பேன். எடுத்தக் குறிப்பு, எழுதி வைத்த தாள்களை என்று துண்டுச் சீட்டுகளை வைத்துக் கொண்டு என்னிடம் இருந்த பழைய டைப்ரைட்டரில் தட்டச்சு செய்வேன். இரண்டு மூன்று மணி நேரம் அப்படியே சென்றுவிடும்.

பல இக்கட்டான சூழலுக்கு இடையில் புத்தகமும் நிறைவு பெற்றது. எனக்குத் தெரிந்த பதிப்பகங்களுக்கும் முகவர்களுக்கும் முதல் சில அத்தியாயங்களை அனுப்பி வைத்தேன். சொல்லி வைத்தது போல் அனைவரும் திருப்பி அனுப்பினார்கள். முதல் புத்தகம் என்பதால் நிராகரிப்புகளும் அவமானங்களும் கூடவே வந்தன.

எப்படியோ ஓர் முகவர் என் புத்தகத்தை வாங்கிக் கொண்டு, "சரி படித்துச் சொல்கிறேன்" என்று வாய் வார்த்தைக்காகச் சொல்லிவிட்டுக் கொண்டு சென்றார். அன்று அவர் மகள் அந்தப் புத்தகத்தைப் படித்துவிட்டு, "அடுத்து என்ன நடக்கப் போகிறது என்று ஆவலாக இருக்குப்பா" என்று சொல்லி இருக்கிறாள். அவருக்கு ஒன்றும் புரியவில்லை. மாயாஜாலம் எல்லாம் இந்தக் காலத்துக் குழந்தைகளுக்குப் பிடிக்காது என்ற அவரது முடிவு மாறியது. ஒரு பெண் எழுதும் புத்தகம் என்றால் எந்தப் பதிப்பகத்தாரும் வாங்க மாட்டார்கள் என்று அவர் யோசித்தார். பெயரை மாற்ற வேண்டும் என்றார்.

நானும் மாற்றினேன். முதல் பிரதி சில நூறு விற்றால் போதும் என்று எண்ணினேன். ஆனால் நடந்ததோ வேறு. பல மில்லியன் புத்தகங்கள் விற்றுத் தீர்ந்தன. அடுத்து வரப்போகும் என்

புத்தகங்களுக்கு முன் பணமாகச் சில ஆயிரம் பவுண்டுகள் கிடைத்தன.

பல வருடங்கள் கடந்தும் நான் எழுதிய ஹாரி பாட்டரை உலகம் முழுக்க கொண்டாடுகிறார்கள். படமாக வெளிவந்து சக்கை போடு போட்டுக்கொண்டிருக்கிறது. தோல்விகளையும் துரோகங்களையும் நினைத்துத் தற்கொலை செய்து கொள்ள இருந்த என் வாழ்க்கை வெற்றியாக மாறியதற்கான காரணிகள் என் மகளும், என் கனவும்தான்.

ஜே. கே. ரவுலிங்

13. இசை உலகின் கனவுக் கன்னி

மகள்கள் என்றால் அப்பா செல்லம் என்று சொல்வது வழக்கம். ஆனால் என் வாழ்க்கையில் நான் அம்மா செல்லம். எனக்கு எட்டு உடன்பிறப்புகள், பெரிய குடும்பம். மூத்தவள் என்பதால் அம்மாவின் நிழலாகவே இருந்தேன். எனக்கு ஆறு வயதிருக்கும் சமயம் மார்பகப் புற்றுநோயால் அம்மா மரணமடைந்தார். அம்மா போன பின்பு, எதுவும் சரியாக இல்லை. என்னாலும் இயல்பாக இருக்க முடியவில்லை. தம்பி தங்கைகளை என்னால் முடிந்த அளவு பார்த்துக் கொண்டேன். ஆறு வயதுக் குழந்தையால் என்ன செய்ய முடியுமோ அதைத் தான் செய்தேன். அப்பாவும் மூன்று வருடங்கள் பொறுத்தார்.

எங்களைப் பார்த்துக் கொள்ள, அப்பாவுக்குத் துணையாக இருக்க மறுமணம் செய்து கொண்டார். அப்பா மிகக் கண்டிப்பானவர். எனக்கும் அவருக்கும் ஏழாம் பொருத்தம். சித்தி வந்த பின்னர் யாரோ ஒருவரது வீட்டில் நான் வசிப்பது போல் ஒரு தோற்றம் உருவானது. பத்து வயதிருக்கும் என்று நினைக்கிறேன், சித்தி என்னை அறைந்ததில் மூக்கிலிருந்து ரத்தம் வந்தது. சிண்ட்ரெல்லாவிற்கு இருந்த சித்திக் கொடுமை எல்லாம் ஒன்றுமே இல்லை என்று நினைப்பது போல் இருந்தாள் சித்தி. அப்பா எதற்கும் வாயைத் திறக்க மாட்டார்.

எனக்கு எப்படியாவது நியூயார்க் போக வேண்டும். ஏன் என்று கேட்கிறீர்களா? சோகத்துடன் ஆரம்பித்ததால் என்

திறமையைச் சொல்லத் தவறிவிட்டேன். என்னை ஒரு பாடகியாக, நடனக்காரியாகவே கற்பனை செய்து வந்தேன். கற்பனை மட்டும் அல்ல, என்னிடம் அதற்கான திறமையும் இருக்கிறது என்று என் நண்பர்களும் நடன ஆசிரியரும் சொன்னார்கள்.

மிச்சிகன் பல்கலைக்கழகத்தில் பட்டப்படிப்புக்குச் சேரும்போது தான் அப்பாவிடம், நியூயார்க் நகரம் செல்ல ஆசைப்படுகிறேன் என்று சொன்னேன். வீடே களேபரம் ஆகிவிட்டது. எதற்கும் அனுமதி கிடையாது என்று அப்பா சொல்லிவிட்டார். சித்தி என்னைத் துவைத்து எடுத்தாள். பாவம் தம்பி தங்கைகள், "நீ எங்கேயும் போகாத மடோனா" என்று அழ ஆரம்பித்தார்கள்.

சாதாரணமாக இருந்திருந்தால் இவர்கள் போடும் கூச்சலுக்கு அடங்கிப் போயிருப்பேன். கனவு காண ஆரம்பித்த பின்னர் அதற்கெல்லாம் வாய்ப்பில்லை. கையில் இருக்கும் கொஞ்சம் டாலர்களை எடுத்துக் கொண்டேன். என் நடன ஆசிரியர் என்று சொன்னேனல்லவா? அவர் எப்படியோ நியூயார்க் வரை நான் செல்ல விமானச் சீட்டு எடுத்துக் கொடுத்தார். என்னுடைய பொருட்களைக் கொஞ்சம் எடுத்துக்கொண்டு யாரிடமும் சொல்லாமல் நியூயார்க் கிளம்பினேன்.

முதல் விமானப் பயணம், பறக்கும்போது ஒன்றை மட்டும் உறுதியாக நினைத்தேன். "நான் ஜெயித்துக் காட்டுவேன். அன்பு செய்ய அம்மா இல்லாத ஏக்கத்தை நிறைவு செய்ய, உலகத்தின் முழு அன்பையும் என் இசையால் அள்ளிக் கொள்வேன்" என்று எனக்கு நானே சொல்லிக் கொண்டேன். இனி எப்படியாவது இலக்கை அடைய வேண்டும்.

என் கனவு நகரத்தில் இறங்கினேன். கையில் இருந்த டாலருக்கு நகரத்துக்கு ஒதுக்குப்புறமாக ஒதுக்கப்பட்ட ஏதோ பேர் இல்லாத இடத்தில் தங்க இடம் கிடைத்தது. அங்கு வசிப்பது அத்தனை எளிதல்ல என்பதும் புரிந்தது. வேலை தேட வேண்டும். எப்படி? எங்கு? எதற்கும் என்னிடம் பதில் இல்லை.

அப்போதுதான் அந்த விளம்பரத்தைப் பார்த்தேன். ஆல்வின் எய்லி என்ற நடன - நாடக நிறுவனத்தில் ஆட்கள் தேர்வு நடைபெறுவதாகவும், விருப்பம் இருப்பவர்கள் விண்ணப்பிக்கு மாறும் இருந்தது. அவர்களைத் தொடர்பு கொண்டு நேர்முகத்

தேர்வுக்குச் சென்றேன். தேர்வானேன், இதன் மூலம் மாதாந்திர உதவித்தொகையும் வந்தது. இனி இருப்பதற்கு இடம் கிடைத்துவிட்டது என்று நிம்மதியானேன்.

குறைந்தது பதினைந்து மணி நேரம் நடனப் பயிற்சியில் ஈடுபட்டேன். மிச்சம் இருந்த நேரத்தில் ஒரு உணவகத்தில் பகுதிநேர வேலை செய்ய ஆரம்பித்தேன். இரவு பகல் என்று அந்நாள்களில் எனக்கு எந்த வித்தியாசமும் இருக்கவில்லை. அத்திப் பூத்தாற்போல் எப்போதாவது "ப்ளூ ஃப்ராகி" என்ற இரவு கிளப்புக்குப் போக ஆரம்பித்தேன். அங்குதான் முதல் காதல், முதல் கணவன் கிடைத்தார். இரண்டு வருடங்களில் காதலும் முறிந்தது. கணவனும் கனவாகிப் போனான். அவன் ஓர் இசைக் கலைஞன். அவனைப் பிடிக்க இசையும் முக்கிய காரணமாக இருந்தது. ஆனால் அவனுக்கு என் பாட்டை விட, என்னைவிட வேறொன்று தேவையாக இருந்தது. இதற்காகவா வீட்டை விட்டு ஓடி வந்தேன்? என்னையே நானே திட்டிக் கொண்டேன்.

பாரிஸில் பாட்ரிக் ஹெமடெஸ் என்ற இசை ஜாம்பவான் இருந்தார். அவரிடம் மேற்கத்திய சங்கீதத்தை கற்றுக் கொள்ள வேண்டும் என்று முடிவெடுத்தேன். நியூயார்க்கை விட்டு இரண்டு வருடம் காணாமல் போனேன். என் ஆர்வமும் இசையும் என்னை அவருடைய மாணவியாக்கியது. அதைப் பெரும் பேறாக நினைத்தேன். அவர் இசைக் குழுவில் என்னைப் பாட வைத்தார். எல்லாம் சரி, ஆனால் அந்த இசைக் குழு, ஆமை வேகத்தில் வேலை செய்தது. சாவகாசமாக இருக்க என்னிடம் நேரமில்லை. மீண்டும் நியூயார்க் வந்தேன்.

இத்தனை வருடங்களில் சில நல்ல மனிதர்களுடைய தொடர்பு கிடைத்தது. அப்படித்தான் டான் கில்ராயிடம் சென்று வாய்ப்பு கேட்டேன். என் நடனத்தைப் பற்றி அவருக்குத் தெரியும். ஆனால் இசை பற்றி அல்ல. என்னை ட்ரம்மராகத் தன் குழுவில் சேர்த்துக் கொண்டார். அதுவும் சில காலம் தான். அதற்குப் பின்னர் என் இசையைக் கேட்டு எனக்காகவே பாடல் எழுதிப் பாடவைத்தார். அந்தக் குழுவின் பிரதான இசைக் குயிலாக மாறிப்போனேன்.

எல்லாம் சரிதான்... ஆனால் நான் கனவு கண்ட உயரம் அதுவல்லவே! ஏதாவது செய்ய வேண்டும் என்று தோன்றியது.

மாடலிங் செய்ய வாய்ப்பு கிடைத்தது. கிடைத்ததையெல்லாம் செய்தேன். ஏதேதோ இசைக் குழுவிற்குச் சென்று கும்பலோடு கும்பலாக கோரஸ் பாடிய நாள்களும் உண்டு. இசையைக் கற்றுக் கொண்டே இருந்தேன். அது என்னை விடவில்லை நானும் அதை விடுவதாக இல்லை.

கோதம் ரிகார்ட்ஸ் என்ற இசை நிறுவனத்திலிருந்து என்னைத் தொடர்பு கொண்டார்கள். கும்பலில் நானும் ஒருத்தி என்றிருந்த நிலை மாறியது. எனக்காக அவர்கள் (Everybody) என்ற பாடலை இசைத்தட்டாக வெளியிட்டார்கள். அதற்குப் பின்னர் வானொலியிலும் நான், தொலைக்காட்சியிலும் நான். எங்கும் நான்.

மேற்கத்திய இசையைக் கற்றுக் கொண்டதும் தொடர்ந்து பயிற்சி செய்ததும் கை கொடுத்தது. இசையும் நடனமும் கலந்து நான் செய்யும் மாயாஜாலத்திற்கு உலகமே அடிமையாகிக் கிடந்தது. என் கனவு நிறைவேற நீண்ட காலம் ஆனது. தோல்விகள் என்னைப் பக்குவப்படுத்தின. அவை இல்லையென்றால் இன்று மடோனா இல்லை. பாப் இருக்கும் வரை நான் இருப்பேன் என்று நான் கர்வத்தில் சொல்லவில்லை, அதற்கு நான் தயாரானேன். என்னைத் தகுதிப்படுத்திக் கொண்டேன். இனி நான் இல்லாவிட்டாலும் என் இசை இருக்கும்.

மடோனா

14. இயந்திரங்களின் காதலன்

உன்னுடைய உடம்பில் இரத்தம் ஓடுகிறதா அல்லது வண்டிக்குப் போடும் ஆயில் ஓடுகிறதா என்று என்னைச் சுற்றியுள்ளவர்கள் கிண்டல் செய்வது வழக்கம். இரத்தம் மட்டுமல்ல என் உடல், மனம், ஆன்மா அனைத்தும் இயந்திரத்தின் மீதான காதலால் ஆனது என்பதை உலகத்திற்குக் காலம் உணர்த்தியது.

சரி, என் கதைக்கு வருகிறேன். மிச்சிகனில் பெரிய விவசாயக் குடும்பத்தில் மூத்த பிள்ளையாகப் பிறந்தேன். எனக்குப் பின் ஐவர். நான் விவசாய வேலைகளைச் செய்ய வேண்டும் என்பது அப்பாவின் எதிர்பார்ப்பு. நானும் செய்தேன். அதற்கு முக்கியக் காரணம் என் தாய். அவர் அருகிலிருக்க வேண்டும் என்று தோன்றும் கணங்களில் எல்லாம் நான் விவசாய நிலங்களில் ஏதோ ஒரு வேலையைச் செய்து கொண்டிருப்பேன். ஆனால் மனத்தின் ஆழத்தில் இயந்திரங்களின் மீதிருந்த ஈர்ப்பு அதிகமாகிக் கொண்டே வந்தது.

ஒருநாள் பண்ணையில் வேலை செய்யும் ஒருவரது கடிகாரம் நின்றுவிட்டது என்று என்னிடம் காட்டினார். நான் அதைச் சரி செய்து கொடுத்தேன். எப்படிச் செய்தேன் என்றெல்லாம் தெரியாது. இதைப் பார்த்த அக்கம் பக்கத்து வீட்டார் பழுதடைந்த கடிகாரங்களைக் கொண்டு வந்து என்னிடம் தந்தார்கள். கைக் கடிகாரம் மட்டுமல்ல.... விதவிதமான கடிகாரங்கள் வந்தன.

அவற்றையும் சரி செய்து கொடுத்துவிட்டேன். அதற்காக ஒரு செண்ட்கூடக் கூலியாக நான் வாங்கியதில்லை.

விவசாயத்தில் முழு ஈடுபாடு இல்லாமல் இருப்பது, இலவசமாகக் கடிகாரங்களைப் பழுதுபார்ப்பது போன்ற எனது செயல்கள் அப்பாவைக் கோபமடையச் செய்தன. ஒருநாள் ஒரு கடிகாரத்தை வாங்கித் தந்தார். பரிசாக அல்ல. அது ஒரு தண்டனை. அந்தக் கடிகாரத்தை அக்குவேறு ஆணி வேறாகப் பிரித்து மீண்டும் சரி செய்ய வேண்டுமென்று கட்டளையிட்டார். அந்தத் தண்டனை எனக்குப் பிடித்திருந்தது. சில நிமிடங்களில் அவர் கேட்டது போல் பிரித்தேன், பின்பு இணைத்தேன். அதுவும் ஜோராக மணி காட்டியது. அப்பாவுக்கு ஆச்சரியமாக இருந்தாலும் அதைவிட ஒரு பிடி கோபம் அதிகமாக இருந்தது.

அப்பாவுடன் தொடர் உரசல். பதினாறாவது வயதில் மிச்சிகன் மாகாணத்தில் இருக்கும் டெட்ராயாட் என்று நகருக்கு வந்தடைந்தேன். வீட்டை விட்டு ஓடி வந்தேன் என்றாலும் ஒரு திட்டம் எனக்குள் இருந்தது.

ஃபிளவர்ஸ் ப்ரதர்ஸ் மிஷின் கடையில் வேலைக்குச் சேர்ந்தேன். மாவு அரைக்கும் இயந்திரங்களுக்குத் தேவையான பித்தளை வால்வுகளை உருவாக்க வேண்டும். என் கண்களையும் காதுகளையும் எப்போதும் திறந்து வைத்திருப்பேன். செய்து பார்க்க வேண்டிய வேலைகள், புதிதான சில முயற்சிகள் என்று அந்த நிறுவனத்தில் எதையும் விட்டுவைக்கவில்லை. ஒன்பது மாதங்கள் கடந்தபின் இதற்கு மேல் இங்கிருந்து கற்க வேறொன்றும் இல்லை என்று தோன்றியது. இரண்டரை டாலர் சம்பள வேலையை விட்டுவிட்டு வேறொரு வேலையில் சேர்ந்தேன்.

டெரியாட் ஆட்டோமோபைல்ஸ் நிறுவனத்தில் இரண்டு டாலர் மட்டுமே சம்பளம் என்றாலும் கற்றுக்கொள்ள வாய்ப்புகள் அதிகம் என்று தோன்றியது. டெட்ராய்ட் தொழிற்சாலைகளில் நீராவி என்ஜின்களை கற்றுக் கொண்டேன். வீட்டை விட்டு ஓடி வந்தாலும் அறுவடைக் காலங்களில் அப்பாவிற்கு உதவி செய்யப் போய்விடுவேன்.

அப்பாவின் வற்புறுத்தலில் மீண்டும் சொந்தக் கிராமத்துக்குத் திரும்பினேன். க்ளாராவை திருமணம் கொண்டேன்.

பண்ணையில் இருந்தாலும் மனம் எல்லாம் இயந்திரங்கள் பக்கமே சென்றது.

மனைவியை அழைத்துக் கொண்டு டெட்ராய்ட் சென்றேன். எடிசன் இலிமினேட்டிங் நிறுவனத்தில் இஞ்சினியராக வேலை கிடைத்தது. இரவு பகல் என்று பாராமல் இயந்திரங்களோடு பல விதமான முயற்சிகளைச் செய்தேன். அதில் முக்கியமான ஒன்று குதிரை வண்டிகளில் குதிரைகளுக்குப் பதிலாக நீராவி இயந்திரங்களை வைத்து நான்கு சக்கரங்களோடு வடிவமைத்த குவாட்ரி சைக்கிள்.

எனது வடிவமைப்பை மேலும் மேம்படுத்த எனக்கு முதலீடுகள் தேவைப்பட்டன. எடிசன் நிறுவனத்திலிருந்து வெளியே வந்த பின்னர் டெட்ராய்ட் ஆட்டோமொபைல் நிறுவனத்தின் முதலீட்டாளர்களோடு சேர்ந்து ஆரம்பித்ததுதான் ஹென்றி ஃபோர்ட் நிறுவனம். இரண்டு வருடங்களில் நான் சென்றிருக்க வேண்டிய தூரத்தை அவர்கள் நிர்ணயித்தார்கள். என் நேரத்தை அதிகமாக கண்டுபிடிப்புகளில் செலவிடுகிறேன் என்ற குற்றம் வந்தது. எடுத்தவுடன் லாபமாக இருக்க வேண்டும் என்பது அவர்கள் எதிர்பார்ப்பு. ஆனால் அது என் வழியில் சாத்தியமற்றதாக இருந்தது. நிறுவனம் மூடப்பட்டது.

எத்தனை முறை மீண்டும் மீண்டும் நான் ஆரம்பித்த இடத்திற்குச் செல்ல வேண்டும் என்று அயர்ச்சியாக இருந்தது. இருப்பினும் ஆரம்பித்தாக வேண்டும் என்பது மட்டும் உறுதி என்று நினைத்தேன்.

அடுத்த ஒருவருடத்தில் ஃபோர்ட் நிறுவனத்தை ஆரம்பித்தேன். வேலை செய்ய, மூன்று நான்கு வேலையாட்களைக் கொண்ட இரண்டு மூன்று குழுக்கள் இருந்தன. ஒரு நாளைக்கு விரல் விட்டு எண்ணும் அளவிற்கு ஃபோர்டின் முதல் கார்கள் தயார் ஆகின. முதலீட்டாளர்களுக்குச் சீக்கிரம் சீக்கிரமாக வியாபாரம் நடக்க வேண்டும் என்ற அவசரம் இருந்தது. எனக்கு அமெரிக்காவின் சாமானியனும் கார் வைத்திருக்க வேண்டும் என்ற கனவு இருந்தது.

ஃபோர்ட் நிறுவனம் ஆரம்பித்த ஐந்து ஆண்டுகளில் மாடல் டி (Model – T) கார்கள் சக்கைப் போடு போட்டன. வாகனங்கள் தயாரிக்க வேறு விதமாக யோசிக்க வேண்டியதாயிற்று.

பன்னிரண்டு மணி நேரம் செலவிட்டு உருவாக்கும் கார்களை இரண்டு மணி நேரத்தில் உருவாக்க பல அடுக்குகளாலான குழுக்களை உருவாக்கினேன். பத்தாயிரம் கார்கள் விற்றுத் தீர்ந்தன. மாடல் -டி யிலிருந்து மாடல் ஏ தயாரிக்கச் சில ஆண்டுகள் ஆகின .ஆனால் அதற்குள் பதினைந்து மில்லியன் டாலர்களை ஃபோர்ட் நிறுவனம் ஈட்டி இருந்தது.

என் கனவை நோக்கி நான் சென்ற பாதையெல்லாம் ஏமாற்றங்களாலும், துரோகங்களாலும் ஆனவை. கடிகாரங்களைச் சரிபார்த்த ஹென்றி ஃபோர்ட் அமெரிக்காவின் மிகச் சிறந்த தொழிலதிபராக ஆனதற்கு உறுதுணையாக இருந்தது தோல்விகளும் சறுக்கல்களும் மட்டுமே.

ஹென்றி ஃபோர்ட்

15. சிரிப்பு அரசன்

அம்மா, அப்பா இருவரும் லண்டன் நகரில் நாடகக் குழுவில் நடித்தும், பாடியும் வந்தார்கள். அம்மா ஒபெரா இசை மேடையில் பல முறை பாடி இருக்கிறார். வேறென்ன வேண்டும்? சொகுசான வாழ்க்கையை வாழ்ந்திருக்க வேண்டும். ஆனால் நடந்தது வேறு. அப்பாவிற்குக் கலையின் மீது இருந்த ஆர்வத்தைவிட மதுவின் மீது காதல். மேடையிலிருந்து இறங்கிவிட்டால், அவர் கால்கள் தானாகவே தண்ணீர்த் தொட்டியைத் தேடிச் சென்றுவிடும். அப்பா என்று ஒருவர் இருக்கிறார். அவ்வளவே அவர் பங்கு.

என்னையும் அண்ணனையும் வளர்க்க அம்மாவிற்கு இருந்த ஒரே வழி பாடுவது மட்டும்தான். எனக்கு ஐந்து வயது இருக்கும். என் வாழ்க்கையைப் புரட்டிப் போட்ட ஒரு சம்பவம் நடந்தது. அது சுவாரசியமாகவும் அதே நேரம் என் வாழ்க்கையின் பயங்கரமான நிகழ்வாகவும் இருந்தது.

அம்மா ஸ்ருதி, தாளம் எல்லாம் சேர்த்து உச்சஸ்தாயியில் பாடிக் கொண்டிருந்தார். திடீரென்று அவர் குரல் அப்படியே நின்றுவிட்டது. அதாவது சத்தமே வராமல் ஏதோ ஒன்று அவர் குரல்வளையை நெறித்துவிட்டது. தொடர்ந்து எங்களுக்காக அவர் பாடிக் கொண்டே இருந்ததால் ஏற்பட்ட விளைவாக இருக்கும். அந்த நிகழ்ச்சியின் ஏற்பாட்டாளர் அம்மாவிற்கு அப்படி ஆனதால் என்னை மேடை ஏற்றிவிட்டார். என் வாழ்க்கையில் முதல் மேடையை ஏறினேன். மக்கள் நிறைந்த

அரங்கத்தில் நான். அந்த நிகழ்ச்சியை ஏற்பாடு செய்தவர், ஏதேதோ சைகைகளைக் காட்டினார். நானும் எனக்குப் புரிந்த ஏதோ ஒன்றைச் செய்தேன். ஆச்சரியம்.... மக்கள் ரசித்தார்கள். எனக்கும் வியப்பாகச் சந்தோஷமாக இருந்தது. ஆனால் அதற்குப் பின்னர் அம்மாவின் குரல் மீண்டு வரவே இல்லை.

வாழ வேண்டும் என்றால் உணவு வேண்டுமே, ஏழு வயதில் வீட்டு வேலைக்குச் சென்றேன். அதைத் தெரிந்து கொண்டு அரசாங்கத்தால் நடத்தப்படும் ஒடுக்கப்பட்டோர் குழந்தைகளுக்கான பள்ளியில் என்னை அனுமதித்தார்கள். இரண்டு வருடம் எப்படிப் படித்தேன் என்ன படித்தேன் என்றெல்லாம் ஞாபகம் இல்லை. ஒன்பது வயதான போது வீடு வந்தேன். அம்மாவைப் பார்த்தேன். அவள் உடல்நிலை மட்டுமல்ல மன நிலையும் கொஞ்சம் கொஞ்சமாக மோசமாகிக் கொண்டிருந்தது.

அரசாங்க உதவிகள் மூலம் பைத்தியங்கள் இருக்கும் இடத்திற்கு அம்மா சிகிச்சைக்காகப் போவதும் வெளியே குணமாகி வருவதும் வாடிக்கையாகிப் போனது.

அப்பா என்னையும் அண்ணனையும் பார்த்துக் கொள்ள வேண்டும் என்ற நிலை. அவர் எங்களைச் சித்திரவதை செய்தார் என்று சொல்லும் அளவுக்குத் துன்புறுத்தினார். மீண்டும் அந்த ஊர் பாதுகாப்பு மையத்திலிருந்து வந்து எங்களை அழைத்துச் சென்றார்கள். இரண்டு வருடங்களுக்குப் பின்னர் அப்பா என்ற கதாபாத்திரத்திடமிருந்து எங்களுக்கு நிரந்தர விடுதலை கிடைத்தது.

அண்ணன் இராணுவம் சென்றுவிட்டான். பதினான்கு வயதிருக்கும் போது ஒரு நாடகக் குழுவில் சேர்ந்தேன். அதை நடத்தியவருக்கு எனக்குள் இருந்த ஆர்வம் தெரிந்திருக்க வேண்டும். என்னை மேடை ஏற்றினார். செய்தித்தாள் போடும் பையன் கதாபாத்திரம் கிடைத்தது. ஆனால் இரண்டு வாரங்களில் அந்த நாடகத்தை நிறுத்த வேண்டிய சூழல். என் நகைச்சுவை நடிப்பை மக்கள் இங்கும் அங்கும் புகழ்ந்தார்கள்.

அக்டோபர் 1903 முதல் ஜூன் 1904 வரை, சார்லஸ் ஃப்ரோஹ்மேனின் ஷெர்லாக் ஹோம்ஸ் தயாரிப்பில் செயின்ட்ஸ்பரி குழுவுடன் சுற்றுப் பயணம் செய்தேன். “பில்லி த பஎஜ் பாய்” என்ற கதாப்பாதிரத்தை பல இடங்களில் நடித்தேன்.

ஒரு காலத்திற்குப் பின்னர், அந்தக் குழுவிலிருந்து வெளிவந்தேன். அண்ணனும் இராணுவத்திலிருந்து வெளிவந்து ஒரு நாடகத்தில் கதாநாயகனாக நடித்தான். அவன் தயவால், நகைச்சுவை பாத்திரம் எனக்குக் கிடைத்தது. அவ்வப்போது சுற்றுப்பயணங்கள் இருந்தாலும் ஒரே மாதிரியான நாடகங்களில் நடித்து சிறிது சோர்வானேன்.

சர்க்கஸ் குழுவில் சேர்ந்தேன். எங்கிருந்தால் என்ன.... என் வேலை பார்வையாளர்களைச் சிரிக்க வைப்பதுதான் என்று முடிவெடுத்தேன். சர்க்கஸ் சிறிது நாளில் காணாமல் போனது.

பதினெட்டு வயதில் ஒரு சிறந்த நகைச்சுவை நடிகன் என்று நாடகம் பார்க்க வந்தவர்கள் புகழ்ந்தார்கள். தனியாக நகைச்சுவை செய்ய வேண்டும் என்று முடிவெடுத்தேன். நான் மட்டும் முடிவெடுத்தால் போதாது என்ற நிலை. காரணம் நாஜிக்களின் தொல்லையால் என் முயற்சிகள் தடைப்பட்டன.

1908-ஆம் ஆண்டு என் அண்ணன் சிட்னியில் செயல்பட்டு வந்த கார்னோ என்ற பிரபலமான நகைச்சுவை நாடக நிறுவனத்தில் சக்கைப் போடு போட்டுக் கொண்டிருந்தான். அந்த நிறுவனத்தினரிடம் என்னை அழைத்துக் கொண்டுபோய் தம்பி புராணம் பாடினான். ஆனால் அவர் கண்களுக்கு நான் சோர்ந்து போன மெல்லிய உடலைக் கொண்ட ஒரு பாவப்பட்ட ஜீவனாகத் தெரிந்தேன். நடிகனாக அல்ல. என் அண்ணனின் நட்பிற்காகப் போனால் போகட்டும் என்று என்னைச் சேர்த்துக் கொண்டார்.

நாடகக் குழுவோடு சேர்ந்து மீண்டும் அமெரிக்காவில் சுற்றுப்பயணம் செய்தோம். குழுவில் இருந்தவர்கள் சிலருக்கு நோய்த்தொற்று ஏற்பட்டு நாடகம் நின்று போனது. அப்போது ஒரு தந்தி வந்தது. “குழுவில் சாஃப்பின் அல்லது சோஃபின் போன்ற பெயர்களுடைய யாராவது இருக்கீர்களா?” என்று இருந்தது. அதுவும் நகைச்சுவை நடிகர் என்று இருந்தது. நியூயார்க் மோசன் பிக்சர்ஸ் என்ற பெரிய நிறுவனம் அனுப்பியிருந்தார்கள். நான் தயாரானேன்.

சில நிபந்தனைகளை வைத்தேன். கால்சட்டை பேகி பேண்டாக இருக்க வேண்டும். கோட் சிறியதாக, தொப்பியும் சின்னதாக, ஷூ பெரியதாக இருக்க வேண்டும். சின்ன மீசையும் இருக்க

வேண்டும். இவை அனைத்தையும் சொன்னதற்குக் காரணம் என் வயதை அதிகப்படுத்திக் காட்டுவதற்கும், அழுத்தமான ஒரு பாத்திரத்தை மக்கள் மனத்தில் பதியவைக்க ஒரு உத்தி. என் நல்ல நேரம் அவர்கள் ஒப்புக் கொண்டார்கள். அதுவே என் நிரந்தரப் பாத்திரமாக மாறும் என்று நான் அப்போது நினைக்கவில்லை.

ஊமைப் படங்களில் என் நடிப்பைப் பார்த்து மக்கள் வயிறு குலுங்கச் சிரிக்க ஆரம்பித்தார்கள். பல படங்கள் இயக்குவதற்கும், நடிப்பதற்கும் தொடர்ந்து வாய்ப்புகள் வர ஆரம்பித்தன. வந்த எதையும் விடாமல் நடித்தேன். நகைச்சுவை நாயகனாக மக்கள் என்னைக் கொண்டாடினார்கள்.

ஆரம்பத்தில் நேற்றைவிட இன்று சிறப்பாக இருக்க வேண்டும் என்று நினைத்தேன். நிராகரிப்புகள், கேளிக்கைகளுக்கு நடுவில் மக்களைச் சிரிக்க வைக்க வேண்டும் என்ற எண்ணம் மட்டுமே அடுத்த திட்டத்திற்கு என்னைத் தயார் செய்தது.

நான் தோல்விகளில் மூழ்கி, நிராகரிப்புகளை மட்டுமே பார்த்துத் துவண்டு போகவில்லை. எல்லாவற்றையும் செரித்து உழைத்தேன். நகைச்சுவை மன்னன் சார்லி சாப்ளின் என்று உலகம் இன்றளவும் கொண்டாடுகிறது.

சார்லி சாப்ளின்

16. இசைக் குழந்தை

விளையாட ஆரம்பித்த கணம் முதல் என் விளையாட்டுப் பொருள்கள் அப்பாவின் அறையில் இருக்கும். இசைக் கருவிகள் நிறைந்த அந்த அறை அப்பாவின் பணியிடம். அடர் வண்ணத்தில் இருக்கும் கார் பொம்மைகளை விட இசைக் கருவிகள் எனக்கு பொழுதுபோக்க உதவின.

அப்பாவின் விரல்களைப் பிடித்துக் கொண்டு கீபோர்ட்டின் ஒவ்வொரு கட்டையிலும் அழுத்திப் பார்ப்பேன். ஒவ்வொரு கட்டைகளிலிருந்தும் வெவ்வேறு ஓசை வரும். நான் சிரிப்பதைப் பார்த்து அப்பாவும் மகிழ்வார். நான்கு வயதில் அப்பாவின் துணையின்றி ஏழு ஸ்வரங்களும் என் பிஞ்சு விரல்களுக்குப் பரிச்சயமாகிவிட்டிருந்தன.

ஒன்பது வயதிருக்கும், பள்ளியில் இருந்தேன். அவசரம் என்று தகவல் வந்தது. என்னை வீட்டுக்கு அழைத்து வந்தார்கள். இசை, இசை என்று தன்னை மறந்து உழைத்த அப்பாவின் உடலை ஜடமாக வைத்திருந்தார்கள். அம்மாவின் துயரை என்னால் வார்த்தைகளில் சொல்லிவிட முடியாது. என்னையும் என் இரு சகோதரிகளையும் எப்படி வளர்ப்பது என்ற கவலை, அப்பாவை இழந்த சோகம் என்று அம்மா உடைந்து போயிருந்தார்.

அப்பா எங்களுக்காக விட்டுப் போன சொத்தாக அந்த இசைக் கருவிகள் மட்டுமே இருந்தன. அதை வாடகைக்குவிட்டு வரும்

பணத்தில் குடும்பத்தை நடத்த அம்மா பழகிக் கொண்டிருந்தார். பள்ளி கட்டணம் செலுத்த முடியவில்லை. கொஞ்சம் அவகாசம் கேட்டும் பயனில்லை. "சிக்னலில் சென்று பிச்சை எடுங்கள்" என்ற கீழ்த்தரமான வார்த்தைகளைப் பள்ளி நிர்வாகம் சொன்னது. அதற்கு மேல் பள்ளி செல்ல விருப்பமில்லை. பள்ளியை விட்டு நின்றேன்.

இதிலிருந்தெல்லாம் விடுபட ஒரே வழி தற்கொலை என்று முடிவெடுத்தேன். ஆனால் அம்மாவின் அன்பு, சகோதரிகள் பாசம் கண்முன் வந்தது. அவர்களுக்காகவாவது வாழ வேண்டும். அப்பா இல்லாமல் படும் கஷ்டம் நானும் இல்லையென்றால் இன்னும் அதிகமாகும் என்ற எண்ணம் தற்கொலையிலிருந்து என்னை விடுவித்தது.

அம்மா என்ன செய்தார் யார் உதவியை நாடினார் என்றெல்லாம் தெரியாது. அடுத்து ஒரு கிருத்துவப் பள்ளியில் சேர்த்தார். அங்கு தான் ட்ரம்ஸ் சிவமணியைச் சந்தித்தேன். நண்பர்களோடு சேர்ந்து "ரூட்ஸ்" என்ற இசைக் குழு உருவானது. சிறுவயதில் பொம்மைகளை விட இசைக் கருவிகள் ஈர்த்தது போலவே, படிப்பை விட இசையில் மனம் இலயித்தது.

அப்பாவின் சில நெருங்கிய நண்பர்கள் என் ஆர்வத்தைப் பார்த்து இசையை கற்றுக் கொடுத்தார்கள். பதினொரு வயதில் தன்ராஜ் மாஸ்டரிடம் இசையைக் கற்க ஆரம்பித்தேன். அப்பாவின் நெருங்கிய நண்பர் எம்.கே அர்ஜுனன் மலையாள இசைக் குழுவில் என்னைச் சேர்த்துக் கொண்டார். இசையா? கல்வியா? என்ற சூழல் வந்தபோது, யோசிக்காமல் இசையைத் தேர்வு செய்தேன். பள்ளிப் படிப்பு நின்று போனது. பெரிய பெரிய இசை ஜாம்பவான்களோடு இசைச் சுற்றுலாப் பயணம் போக வாய்ப்பு கிடைத்தது.

பள்ளிப் படிப்பு இல்லையென்றாலும் மேற்கத்திய இசையைப் படித்து டிப்ளமோ பெற்றேன். கண்களைவிட என் காதுகள் வேகமாக வேலை செய்ய ஆரம்பித்தன. வாழ்க்கை எனக்கு விட்ட ஒரே வழி இசை மட்டுமே. ஒன்று அதைச் சரியாகச் செய்ய வேண்டும், இல்லையென்றால் மரணமே மேல் என்று பல கணங்களில் தோன்றியிருக்கிறது.

அப்பா விட்டுச் சென்ற கீபோர்டை மட்டுமே நம்பினேன். மும்பையில் இருக்கும் ஒரு நிறுவனம் டூ வீலர் விளம்பரத்துக்கு ஜிங்கில்ஸ் எழுத வாய்ப்பு கொடுத்தது. கீபோர்ட் வாசித்துக் கொண்டிருந்த நான் முதல் முறையாக ஜிங்கில்ஸ் இசையை அமைத்தேன். புது அனுபவமாக இருந்தது. அதற்குப் பின்னர் சில விளம்பரங்களுக்காக ஜிங்கில்ஸ்காக என்னை அழைத்தார்கள். இனி வெறும் கீபோர்டை மட்டும் வைத்து வேலை நடக்காது என்று தோன்றியது. சில இசைக் கருவிகள், அதுவும் புதுமையாக, தொழில்நுட்பம் சார்ந்த கருவிகள் எனக்கு வேண்டியிருந்தது. என் நிலையை நான் சொல்லாமல் அம்மா உணர்ந்து கொண்டார். நகைகளை அடகுவைத்து மிக்ஸர், ட்ராக் ரெகார்டர் போன்ற கருவிகள் வாங்கப் பணம் தந்தார்.

அச்சமயத்தில் தான், புதுக் கருவிகளைக் கொண்டு பஞ்சதன் ஸ்டூடியோவை எங்கள் வீட்டின் பின்புறத்தில் ஆரம்பித்தேன். அதிகமான நேரத்தை அங்குதான் செலவழித்தேன், இன்றும் அதில் எந்த மாற்றமும் இல்லை.

வாய்ப்பாகக் கிடைத்த சில ஜிங்கில்களை சரியாகப் புதுமையாகச் செய்ததற்குப் பலன் இருந்தது. லியோ காபிக்காக நான் இசைத்த ஜிங்கிலுக்கு விருது கிடைத்தது. அந்த விழாவில் பல சினிமா துறையின் ஜாம்பவான்களும் இருந்தனர். அங்குதான் மணிரத்னத்தின் அறிமுகம் கிடைத்தது. நான் இசைத்த சிலவற்றைக் கேட்க வேண்டுமென்று ஆசைப்பட்டார்.

பஞ்சதனுக்கு வருமாறு அழைப்புக் கொடுத்தேன். ஆறு மாதம் கழித்து அவர் என்னைச் சந்திக்க வந்தார். அவர் எடுக்கப் போகும் படத்திற்கு என்னை இசை அமைக்குமாறு கேட்டுக் கொண்டார். ஆனால் அந்தப் படம் பேச்சோடு நின்று போனது. பழையபடி நானும் என் ஜிங்கில்ஸும் என்று நாள்கள் நகர்ந்தன.

கே.பாலசந்தரின் கவிதாலயா தயாரிப்பில் மணிரத்னம் 'ரோஜா' படம் இயக்கப் போவதாக முடிவானது. அதற்கு இசையமைக்க என்னை அழைத்தார் மணி. சில மாதங்களுக்கு முன் என் ஸ்டூடியோவில் போட்ட இசையைத்தான் ரோஜாவில் உபயோகித்தோம். வாழ்க்கையை இரண்டாகப் பிரித்தால் ரோஜாவிற்கு முன் ரோஜாவிற்குப் பின் என்பேன்.

ரோஜாவிற்காக, அதாவது முதல் படத்திலேயே தேசிய விருது

கிடைத்தது. மகிழ்ந்தேன். ஆனால் ஒருவனை ஒன்றுமில்லாமல் செய்யும் சக்தி தோல்விகளைவிட வெற்றிகளுக்கு அதிகம் இருக்கிறது என்ற புரிதல் இருந்தது. ஒரு முறை ஜெயிப்பது பெரிதல்ல.... அடுத்து என்ன செய்தால் அதைத் தக்கவைக்க முடியும் என்று யோசித்தேன். வரும் எந்த வாய்ப்பையும் நிராகரிக்கவில்லை.

அதற்கடுத்து வந்த படங்களில் என் இசையைக் கேட்டவர்கள் மகிழ்ந்தார்கள். அதே சமயத்தில் பாரதிராஜா என்னைக் 'கிழக்குச் சீமையிலே' படத்திற்கு இசையமைக்க அழைத்த போது, ஆயிரம் விமர்சனங்கள் வந்தன. "அந்தப் பொடியனுக்குக் கிராமத்தைப் பற்றி என்ன தெரியும்? அவன் மேற்கத்திய இசைக்கு வேணா சரிப்படுவான்" என்றார்கள்.

கிழக்கு சீமையிலே படத்தில் கிராமத்து வாசனையை என் இசையில் தவழவிட்டேன். முடியாது என்று ஒன்றில்லை. பிடித்த ஒன்றைச் செய்யும் போதும் ஆன்மா அதனோடு சேர்ந்து விடும். அப்போது அச்செயல் வெற்றியை எட்டும் என்பார் என் அம்மா. அதைப் போலவே என் இசைப்பயணமும் வெற்றி நடை போட்டது.

அதற்குப் பின்னர், இந்தி, மாண்டரின், அரபி, ஆங்கிலம் போன்ற பல மொழிப் படங்களுக்கு இசை அமைத்துவிட்டேன். ஆஸ்கர் வரை ஏ.ஆர்.ரஹ்மானாகிய என்னை அழைத்துச் சென்றது என் கற்றலும் தோல்விகளுமே.

ஏ ஆர் ரஹ்மான்

17. நட்சத்திரம் அல்ல நடிகன்

"உன் மூஞ்சை கண்ணாடியில் பார்த்திருக்கியா? சும்மா காமெடி பண்ணாம வேலையப் பாரு அப்பு" என்று என் உறவினர்களும் நண்பர்களும் என் கனவுகளைக் கேட்டுக் கிண்டலடித்துள்ளார்கள்.

உத்திரப் பிரதேசத்தின் ஒரு மூலையில் உள்ள முஸாஃபர் நகர் தான் என் மண். எனக்கு மொத்தம் ஏழு சகோதர சகோதரிகள். பெரிய குடும்பம். எங்கள் வீட்டில் மட்டுமல்ல, கிராமத்திலும் எப்போது மின்சாரம் வரும் என்று தெரியாது. வந்தால்தானே போவதைப் பற்றிய கவலை? விளக்கு வெளிச்சத்தில் படித்தோம். இருக்கும் உணவைப் பங்கு போட்டு உண்டோம். நான் கல்லூரிக்குச் செல்லும் நாளும் வந்தது. அப்போது எங்கள் குடும்பம் ஜார்க்கண்டில் இருக்கும் ஹரித்துவாருக்குக் குடி பெயர்ந்தது.

வேதியியலில் பட்டம் பெற்றேன். பரோடாவில் உள்ள பெட்ரோ கெமிக்கல் தொழிற்சாலையில் வேதியியலாளராகப் பணி செய்தேன். எனக்குக் கிடைத்த சம்பளம் போதவில்லை. டெல்லி சென்றேன். தெருத் தெருவாக அலைந்து திரிந்ததில் கூர்க்கா வேலை கிடைத்தது. தொடர்ந்து கூர்க்காவாகவே பல நிறுவனங்களில், கடைகளில் வேலை செய்தேன். வேலை முடிந்து சில நாள்கள் படங்கள் பார்க்கச் செல்வது வழக்கம். ஏன் அப்படி யோசித்தேன் என்று இன்று வரை எனக்கு விடை கிடைக்கவில்லை. நானும் ஒரு நாள் பெரிய திரையில் வருவேன் என்று ரகசியமாக எனக்கு நானே சொல்லிக் கொண்டேன்.

இருந்த வேலையை விட்டேன். நடிகனாக என்ன செய்ய வேண்டும் என்று யோசித்தேன். அப்போது தான் என் கனவை, என் ஆசையை நண்பர்களிடமும் உறவினர்களிடமும் சொல்லி வழி கிடைக்குமா என்று பார்த்தேன். என் விரிந்த கண்களில் தெரிந்த அந்தக் கனவு அவர்களுக்குச் சிரிப்பை வரவழைத்தது.

"அடேய்... உன் உயரத்துக்கும், முக லட்சணத்துக்கும் எப்படிடா உன்னால இதையெல்லாம் கற்பனை செய்ய முடியுது.? போ.. போய் பிழைக்கிற வேலையைப் பாரு" என்றார்கள்.

நான் கோமாளியாக பைத்தியக்காரனாகத் தெரிந்தேன். இந்த ஆசை என்னுடையது, எனவே அடுத்து என்ன செய்யவேண்டும் என்பதையும் நானே முடிவு செய்தேன்.

டெல்லியில் இருக்கும் தேசிய நாடக கல்வி நிறுவனத்தில் படிக்கச் சென்றேன். மூன்று வருடங்கள் எதைப் பற்றியும் யோசிக்கவில்லை. ஆசைப்பட்டதை அடைய வேண்டுமென்ற வெறி. மூன்று வருடங்களை முடித்தேன். டெல்லியில் அங்கும் இங்கும் நடக்கும் சில நாடகங்களில் நடித்தேன். நாடக நடிகனுக்குப் பஞ்சம்தான் மிஞ்சும் என்பது தெரிந்தது.

நடிகனாக வேண்டுமென்றால் மும்பை செல்ல வேண்டும். எப்படியும் வாய்ப்பு கிடைத்துவிடும் என்ற நம்பிக்கையில் ரயில் ஏறினேன். முதலில் அந்த நகரத்தின் வேகம் என்னைப் பதற்றமடைய வைத்தது. அந்த நகரத்தோடு நான் இசைந்து செல்ல, இரண்டு வாரங்கள் ஆனது. என்னைப் போலப் பலர் அங்கு குவிந்திருந்தனர். ஒவ்வொரு ஸ்டூடியோவாகச் சென்றேன். என் நடிப்பைவிட அவர்களுக்கு என் உருவமும் அவலட்சணமான முகமும் தான் முதலில் தெரிந்தது. நிராகரிப்புகள், அவமானங்கள் எல்லாம் வரிசைகட்டி வந்தன.

கையில் இருந்த காசெல்லாம் கற்பூரம் போல் கரைந்து போனது. இருக்க இடம் வேண்டும். டெல்லியில் நாடகக் கல்லூரியில் எனக்கு முன்னவராக இருந்த ஒருவர் தொடர்பு கிடைத்தது. அவரும் சின்னச் சின்னக் கதாபாத்திரங்களில் நடிக்க வாய்ப்புகளைத் தேடிக் கொண்டிருந்தார். பெரிதாக இல்லாவிட்டாலும் அவரிடம் சில வாய்ப்புகள் இருந்தன. இருக்க ஓர் இடம் கிடைத்துவிட்டது. அவருக்கு இரண்டு வேளை நான் சமைத்தால் போதும். வாடகைக்

காசு வேண்டாமென்று சொல்லிவிட்டார். வாழ்க்கையில் எதுவும் இலவசம் இல்லை என்று புரிந்தது.

மீண்டும் மீண்டும் கதவுகளைத் தட்டினேன். நாடகக் கம்பெனியில் இருக்கும் தரகர்களுக்கு என் அவலட்சணமான முகம் சில வருடங்களில் பரிச்சயமாகிப் போனது. பத்து நொடிகளுக்கு நடிக்கும் காட்சிகளில் அவசரத்துக்கு என்னை அழைத்தார்கள். 'பத்து நொடி' நடிகனாகவே மாறிப் போனேன்.

என்னைப் போல் வந்த பலர், வேறு வேலைகளைத் தேடிச் சென்றார்கள். பெட்டிக் கடையை வைத்து சிலர் பிழைத்துக் கொண்டார்கள். நான் மட்டும் நடிப்புக்குப் பின் சென்று கொண்டிருந்தேன். அது அத்தனை சுலபமான காரியம் அல்ல.

நான் திரும்பிச் சென்றால், என்னைக் கேலி செய்தவர்கள் சொன்னது நிஜமாகிவிடும். நான் கனவு காண லாயக்கற்றவன் என்று என்னை நானே வெறுக்க ஆரம்பித்துவிடுவேன். செய் அல்லது செத்து மடி என்ற நிலையில் நாள்கள் சென்றன. நடிப்பைத் தவிர்த்து எந்த வேலையையும் நான் தேடவில்லை. நான் செய்தது சிறந்த பைத்தியக்காரத்தனம்தான். இருந்தாலும் அதைச் செய்தேன்.

பத்து நொடிகள் மட்டுமே நடித்துவிட்டு அறைக்கு வந்துவிடுவேன். என்னைச் சுற்றி இருந்த மனிதர்களைக் கவனிப்பது என் நடிப்புக்கு அவசியம் என்று எண்ணினேன். எங்கு இருந்தாலும் மனிதர்களைப் படித்துக் கொண்டே இருந்தேன்.

மெல்ல மெல்ல அந்தப் பத்து நொடிகள் வேலை செய்ய ஆரம்பித்தது. சப்ரோஸ் என்ற படத்தில் பயங்கரவாதியாக நடித்தேன். முன்னா பாய், ஸல், ஜங்கல் போன்ற படங்களில் நடிக்க வாய்ப்பு கிடைத்தது. எல்லாம் மிகச் சிறிய கதாபாத்திரங்கள். வறுமை அப்படியே இருந்தது. ஆனால் வந்த வாய்ப்புகளை விடாமல் நடித்தேன்.

அனுராக் கஷ்யப் இயக்கத்தில் வெளிவந்த "ப்ளாக் ஃப்ரைடே" படம் என் வாழ்க்கையை மாற்றியது. என்னை நடிகனாக மக்களிடம் கொண்டு சென்றது. அதற்குப் பின்னர் வந்த ஒவ்வொரு பட வாய்ப்பும் என்னை அங்கீகாரத்துக்கும் வசதிக்கும் அருகில் கொண்டு சென்றது.

சர்வதேசப் பட விழாக்களில் மக்கள் என்னைக் கொண்டாடினார்கள். கேன்ஸ் பட விழா, ஜெர்மனி சர்வதேசப் பட விழா என்று பட்டியல் நீண்டு கொண்டே சென்றது.

ஒருவேளை என் கனவைப் பாதியில் விட்டு பெட்டிக் கடை வேலைக்கோ, கூர்க்கா வேலைக்கோ சென்றிருந்தால் இன்று உங்களைத் தைரியமாகக் கனவு காணுங்கள் என்று சொல்லியிருக்க மாட்டேன். அதைவிட முக்கியமாகத் தோற்க, அவமானப்பட, அசிங்கப்பட பயப்படாதீர்கள் என்பதற்கு நானே உதாரணம்.

நவாசுதின் சித்திக் சிறந்த நடிகன், கலைஞன் என்று இன்று சொல்லுவதற்குப் பலவற்றை இழந்திருக்கிறேன். அது தேவையாகவும் இருந்தது.

நவாசுதின் சித்திக்

18. ரியல் மேட்ரிட்

எனது ஊர் சின்ன தீவாக இருந்தாலும் நாங்கள் விளையாடப் பல கிளப்கள் இருந்தன. அப்பா இராணுவத்தில் இருந்து வந்த பின்னர் கால்பந்து கிளப் ஒன்றில் எல்லையைத் தாண்டி வரும் பந்துகளுக்குப் பொறுப்பாளரானார். சிறு வயதில் நானும் அவரோடு சேர்ந்து கிளப்புக்குச் செல்வேன். வேடிக்கை பார்க்கத்தான். யார் எப்படிப் பந்தைக் காலால் உதைக்கிறார்கள் என்று கவனிப்பேன்.

அம்மா வீட்டு வேலை செய்து, சமையல் செய்து விற்றுப் பிழைப்பு நடத்திக் கொண்டிருந்தார். நான் கேட்டாலும் பந்தெல்லாம் வாங்க முடியாது. காலில் எது கிடைத்தாலும் அது தான் எனக்குப் பந்து. என் ஆர்வத்தைப் பார்த்த அப்பா அதே கிளப்பில் சிறுவருக்கான பிரிவில் என்னைச் சேர்த்துவிட்டார். அண்ணனுடைய ஷூவை போட்டுக் கொண்டு விளையாடச் சென்றேன். கிளப்பின் அறையில் இருக்கும் லாக்கர்களை சுத்தம் செய்வதும் அப்பாவின் வேலை. சீனியர் மாணவர்களின் லாக்கர்களை அப்பா சுத்தம் செய்வதைத் தெரிந்துகொண்டு, நான் விளையாடும்போது என்னை கிண்டலடித்தார்கள். கோபம் வந்தது, அதை விளையாட்டில் காட்ட வேண்டுமென்று நினைத்தேன்.

எனக்கும் என் பந்துக்கும் உள்ள பந்தம் கூடிக்கொண்டே சென்றது. எப்படி என்றால், அதைவிட்டு ஒரு நொடியும் என்னால் இருக்க இயலவில்லை. அதன் விளைவு பள்ளிக்குச் செல்லும் போதும் கையில் பந்துடன் சென்றேன். ஒரு நாள் ஆசிரியர், "கால்பந்து உனக்குச் சோறு போடாது, ஒழுங்கா படிப்பில் கவனம் வை" என்று திட்டினார். அவர் திட்டியது எனக்குப் பெரிதல்ல.... ஆனால் என் பந்தை அவமானப்படுத்திவிட்டார் என்று தோன்றியது. பக்கத்தில் இருந்த நாற்காலியை எடுத்து அடிக்கச் சென்றுவிட்டேன். பைத்தியக்காரன்தான் அப்படிச் செய்வான், நான் கால்பந்தின் பைத்தியக்காரனாகவே இருந்தேன். "பைத்தியங்களுக்குப் பள்ளியில் இடம் இல்லை" என்று என்னை வெளியே அனுப்பிவிட்டார்கள்.

அதற்குப் பின்னர் மைதானம் பள்ளியாக மாறியது. பதினொரு வயதிருக்கும் அதற்குள் தீவில் நான் பிரபலமானேன். பிரபலமாவது பெரிதல்ல வெற்றியாளனாக ஆக வேண்டும் என்ற வேட்கை இருந்தது. ஸ்போர்ட்டிங் கிளப் என்ற மிகப் பெரிய க்ளப்பில் இருந்து அழைப்பு வந்தது. சிறிய தீவில் இருந்த எனக்கு அது பெரும் வாய்ப்பு. பெரிய மைதானம். தீவிரமான பயிற்சி எல்லாம் கிடைக்கும். வீட்டை விட்டு நான் நகரத்துக்குச் செல்ல வேண்டும். அங்குக் கடல் கண்ணுக்குத் தெரியாது. அம்மா அப்பா அருகில் இருக்க மாட்டார்கள். கால்பந்துக்காக என்னைத் தேற்றிக் கொண்டேன்.

அங்கு சென்ற பின்னர் கால்பந்துக்கும் என் குடும்பத்துக்கும் எந்த வித்தியாசமும் இல்லை என்று உணர்ந்தேன். பகலில் மைதானம் என்னை அரவணைத்துக் கொண்டது. இரவுகள்தான் பிரச்சனை. நான் தூங்காமல் விழித்துக் கொண்டும் அழுது கொண்டும் இருந்தேன். கிளப் என்னை வீட்டுக்கு அனுப்பி வைத்தது. ஒருவேளை நான் என் தீவிலேயே இருந்திருந்தால் மீன்காரனாக மாறி இருப்பேன். அதற்கு வழியில்லை என்று அப்பாவின் நண்பர் எனக்குப் புரிய வைத்தார். நான் நன்றாக விளையாடினால் என் குடும்பத்தின் பொருளாதாரமும் மாறும். இந்த வாய்ப்பைத் தவற விடக் கூடாது என்று அறிவுறுத்தினார்.

கிளப்பிற்கு திரும்பி வந்தேன். மூன்று வருடங்கள் விளையாட்டு மட்டுமே. பதினைந்தாவது வயதில் என் இதயத்தில் ஏதோ கோளாறு என்று சொல்லி விட்டார்கள். அது பிரச்சனை அல்ல.

ஆனால் நான் தொடர்ந்து விளையாடினால் உயிருக்கு ஆபத்து என்ற நிலை வந்தது. அறுவை சிகிச்சை செய்தார்கள். சிறிது காலம் ஓய்வு, உடம்பைத் தேற்றிக்கொண்டு மீண்டும் மைதானத்தில் நின்றேன்.

ஸ்போர்ட்டிங் கிளப் அணிக்கும் மேன்சஸ்ட்டர் யுனைட்டெட் அணிக்கும் ஆட்டம் ஆரம்பமானது. இறங்கி ஆடினேன். கோல் போட்டேன். அவர்கள் திக்குமுக்காடிப் போனார்கள். நாங்கள் ஜெயித்தோம். அந்த வெற்றி என் தலையெழுத்தை மாற்றியது.

சில ஆண்டுகளுக்குப் பின்னர் மேன்சஸ்ட்டர் அணியின் பயிற்சியாளர் அலெக்ஸ் என்னை நூற்றியேழு மில்லியன் டாலர் கொடுத்து அவர் அணிக்கு வாங்கிக் கொண்டார். பதின்ம வயது விளையாட்டு வீரருக்கு இத்தனை டாலர்களா? என்று உலகம் வியந்தது. எனது கால்பந்தின் தந்தையாக மாறிப் போனார் அலெக்ஸ். ஏழாம் நம்பர் ஜெர்ஸி கொடுத்து அலெக்ஸ் என்னை அழகு பார்த்தார். 7 ஆம் எண் மேன்சஸ்ட்டர் அணிக்கு நெருக்கமான எண். அதை எனக்குக் கொடுத்ததில் பலருக்கு வருத்தம் இருந்தது. எது கொடுத்தால் என்ன? கொடுக்கவில்லை என்றால் என்ன? என் வேலை, வரும் வாய்ப்புகளைச் சரியாகப் பயன்படுத்திக் கொள்ள வேண்டும் அவ்வளவே.

மேன்சஸ்ட்டர் சார்பாக நான் ஆடிய முதல் ஆட்டம், போல்ட்டன் வாண்டர்ஸ்க்கு எதிராக மேன்சஸ்ட்டாரில் நடந்தது. அனுபவசாலிகள் நிறைந்த அணியில் நான் மாற்று ஆட்டக்காரராக இருந்தேன். சரியாக அறுபத்தியோராம் நிமிடம் எனக்கு வாய்ப்பு கிடைத்தது. முப்பது நிமிடம் நின்று ஆடி கோல் போட்டேன். இது தான் என் முதல் ஆட்டம், சர்வதேச அரங்கில் முதல் வெற்றி.

வெற்றி தோல்விகள் மாறி மாறி வருவது விளையாட்டில் இயல்பு. அதற்குப் பின்னர் நான் ஆடிய முக்கிய விளையாட்டுகளில் என் முட்டி என்னைப் பழி வாங்கியது. ஆட வேண்டிய இடத்தில் பார்வையாளனாக இருந்த சங்கடங்கள் எல்லாம் உண்டு. மைதானத்தில் என் முன்கோபத்தினால் பலமுறை பெனால்ட்டி வாங்கியுள்ளேன். எல்லாம் சேர்ந்ததுதானே வாழ்க்கை?

விடாமுயற்சியுடன் நான் செய்து வரும் பயிற்சி மட்டுமே என்னை வெற்றி தோல்விகளிலிருந்து மீட்டு ரொனால்டோவாக நிற்க வைக்கிறது.

கிறிஸ்டியானோ ரொனால்டோ

19. நட்சத்திரம்

ஆறடி உயரம், கனமான குரல் எல்லாம் கனவுக்குத் தடையாகுமா? கனவில் கூட நினைத்துப் பார்க்காத அனைத்தும் ஆரம்பத்தில் எனக்கு நடந்தது. கனவைப் பின்பற்ற முடிவெடுத்துவிட்டால், வாழ்க்கை சோதிக்கும். பயந்து ஓடிவிட்டால் நாம் சாமானியன். மீறி வந்துவிட்டால் சாதனையாளன். நான் சாமானியனாகத் தான் இருந்தேன். ஆனால் கனவு என்னை விடாது கருப்பு போல் தொடர்ந்தது.

பிஸ்னஸ் எக்ஸிக்யூடிவ் வேலை செய்து கொண்டிருந்தவன். எல்லாவற்றையும் தூக்கிப் போட்டுவிட்டு டெல்லியிலிருந்து மும்பைக்குப் பயணம் செய்தேன். என் அண்ணன் எனக்கு முன்பே அங்கு இருந்தான். இடத்திற்கும், உணவுக்கும் எந்தக் குறையுமில்லை. அவன் நட்பு வட்டமும் திடமாக இருந்தது. சரி எல்லாம் சுலபமாக நடந்துவிடும் என்று நினைத்தேன்.

முதலில் என் கனவைப் பற்றிச் சொல்கிறேன். நடிக்க வேண்டும், வானொலியில் பேசவேண்டும். நல்ல கலைஞனாக வேண்டும். கனவைத் தூக்கிக்கொண்டு ஒவ்வொரு நாளும் ஒரு ஸ்டூடியோவிற்குச் சென்றேன். சில நாள் இரண்டு மூன்று இடங்களுக்குச் சென்றேன்.

"என்னைப் பார் என் கம்பீரத்தைப் பார்" என்பேன். அவர்களோ சொல்லி வைத்தது போல், "ஆறடி எல்லாம் சினிமா துறைக்கு

அதிகம் தம்பி. நீ வேற 6.3 அடி இருக்கிற. வேலைக்கு ஆகாது. கிளம்பு" என்று சொல்லிவிட்டார்கள்.

அதெப்படி ஒரே மாதிரியான காரணத்தை அனைவரும் சொன்னார்கள் என்று தெரியவில்லை. ஆனால் என் கனவுக்கு நானே தடையாகிப்போனேன். சரி, வானொலி பக்கம் போகலாம் என்று வாய்ப்புகளைத் தேடினேன். ஆல் இந்திய வானொலியில் ரேடியோ ஜாக்கிக்காக ஆடிசன் நடந்து கொண்டிருந்தது. எப்படியும் கிடைத்துவிடும் என்று திண்ணமாக எனக்குத் தெரியும். ஆடிசன் முடிந்து காத்துக் கொண்டிருந்தேன், "என்னப்பா இவ்வளவு கனமான குரலாக இருக்கு, இந்த வேலைக்கு இது அதிகம்" என்று அனுப்பிவிட்டார்கள்.

பல நிராகரிப்புகளுக்குப் பின்னர் கனவு, கத்திரிக்காய் எதுவும் வேண்டாமென்று முடிவெடுத்தேன். மும்பையைவிட்டுக் கிளம்பி விடத் தயாரானேன். அண்ணன் வந்தான், "என் நண்பர் ஒருவரிடம் உன்னைப் பற்றிப் பேசிக் கொண்டிருந்தேன். அவருக்குத் தெரிந்த சினிமா தயாரிப்பாளர் புது முகம் தேடிக் கொண்டிருக்கிறாராம். போய் பார்" என்றார்.

வந்த நிராகரிப்புகளைப் போல் இன்னொரு நிராகரிப்பு என்று எண்ணிக் கொண்டேன். போய் பார்த்தேன். அவர் சரி என்று சொல்லிவிட்டார். ஆம் அந்தச் சரியும் என் காதுகளுக்கு "இல்லை" என்று தான் கேட்டது. அவர் படத்தில் என்னை நடிக்க வைக்க அவர் ஒப்புக் கொண்டார் என்பதே சில நொடிகளுக்குப் பின்னர் தான் என் மூளைக்குப் புரிந்தது.

"சாத் ஹிந்துஸ்தானி" படத்தில் கதாநாயகனானேன். முதல் படத்திற்கே தேசிய விருது. இனி வாழ்க்கையில் சந்தோஷமும் வெற்றியும் மட்டுமே என்று நினைத்தேன். அந்த வயதில் அப்படித்தான் தோன்றியது. திருஷ்டிபட்டது போன்று அடுத்த இரண்டு வருடங்களுக்கு ஒரு வாய்ப்பும் கிடைக்கவில்லை. ஒருநாள் பூத்து விழுந்த மலராக என் ஆட்டம் நின்றுவிட்டது. வருத்தப்பட்டேன், கோபம் வந்தது. ஆனால் அதற்கெல்லாம் வாழ்க்கை அசருமா?

பொறுத்திருந்து தேடியதற்குப் பலனாக அடுத்தடுத்து கிடைத்தது பட வாய்ப்புகள். ஜாவீத்-சலீம் எழுத்து இயக்கத்தில் என்

கதாபாத்திரங்கள் சக்கைப் போடு போட்டன. வெற்றி, பணம் எல்லாமும் அடுத்தடுத்து வந்தது.

'கூலி' படத்தின் படப்பிடிப்பு. வில்லனைத் துவம்சம் செய்யும் காட்சி. ஸ்டண்ட் தீவிரமாகப் போய்க் கொண்டிருந்தது. எங்கிருந்து அந்த இயந்திரம் வந்ததென்று தெரியவில்லை. என் வயிற்றின் மேல் விழுந்தது. வாழ்வா? சாவா? என்ற நிலை. எப்படி மீண்டு வந்தேன் என்று மருத்துவர்களுக்கே ஆச்சரியம். எனக்குத் தெரியும் அதன் சூட்சுமம். என் கனவு என்னை உயிர் பிழைக்க வைத்தது. ஆனால் உடல் தேறி இயல்பான நிலைக்கு வரச் சிறிது காலம் எடுத்தது.

மீண்டும் நடிப்பில் மூழ்கிப் போனேன். வந்த வருமானம் அதிகமாகவே இருந்தது. சரி தொழிலில் இறங்கலாம் என்று முடிவெடுத்தேன். தயாரிப்பு, விநியோகம், ஈவண்ட் மேனேஜ்மெண்ட் என்று எல்லாம் இருந்தன. ஒரு பக்கம் நடிப்பு மறுபக்கம் நிறுவனம். திருமணம் குழந்தைகள் என்று குடும்பஸ்தனாக ஆனேன். பாலிவுட்டில் வெளிவரும் படங்களின் பட்டியலில் பாதிக்கு மேல் கதாநாயகன். வெற்றி வெற்றி வெற்றி... வெற்றி மட்டுமே என்று நான் சிலாகித்துக் கொண்டிருந்தேன்.

ஐம்பது வயது வரையில் எல்லாம் ஏறுமுகம்தான். ஆனால் நான் ஆசையாக ஆரம்பித்த நிறுவனம் என்னை விழுங்கத் தயாராகிக் கொண்டிருந்தது. இங்கு கொஞ்சம் கடன் அங்கு கொஞ்சம் என்று கடன் வாங்க ஆரம்பித்தேன். அது தொண்ணூறு கோடி ரூபாயில் சென்று நின்றது. எல்லாக் கடன்களிலும் என் அசையும், அசையா சொத்துகள் எல்லாம் இணைக்கப்பட்டிருந்தன. வீடு தேடி வங்கிகள் வர ஆரம்பித்தன. தூர்தர்ஷன் வந்தது. அவர்களுக்குப் பின் நீண்ட வரிசையில் வட்டிக்குக் கொடுத்தவர்கள் வந்தார்கள்.

கண்டிப்போடு சிலர் பேசினார்கள். மிரட்டி சிலர் கேட்டார்கள். அவதூறான வார்த்தைகளால் சிலர் என் குடும்பத்தையும் திட்டிவிட்டுச் சென்றார்கள். நான் அவமானத்தால் தலை குனிந்தேன். எப்படி 90 கோடி கடனை அடைப்பது. வயதும் ஆகிவிட்டது. அடுத்து என்னவென்று மனம் யோசித்தது.

நாற்பத்து நான்கு ஆண்டுகளில், சினிமா வாழ்க்கையில் யாரிடமும் எதையும் கேட்டதில்லை. எனக்குத் தெரிந்தது நடிப்பு மட்டுமே. பக்கத்துத் தெருவில் இருந்த நண்பர் ஓர் இயக்குநர். அவர்

வீட்டுக்குச் செல்ல முடிவெடுத்தேன். என் வீட்டு மாடியிலிருந்து எட்டிப் பார்த்தால் அவர் வீடு தெரிந்துவிடும். ஆனால் அன்று, அங்கு செல்ல அதிகமான நேரம் எடுத்தது. எனக்கு ஒரு வாய்ப்பு வேண்டும் என்று கேட்டேன். என் நேரம் அவர் ஆரம்பிக்கப் போகும் பட வேலைகள் ஆரம்ப நிலையில் இருந்தது. முக்கியமான கதாபாத்திரத்தில் என்னை நடிக்க வைத்தார்.

அதற்குப் பின்னர் கோன் பனேகா குரோர்பதி நிகழ்ச்சிக்கு என்னை அழைத்தார்கள். "நீங்க எதற்குச் சின்னதிரைக்குப் போகணும்?" என்று மனைவி வேண்டாம் என்றார். "பிச்சைக்காரனிடம் தேர்வு செய்ய வாய்ப்பு இருப்பதில்லை" என்றேன்.

அதற்குப் பின்னர் வந்த எந்த வாய்ப்பையும் விடவில்லை. என் கடன்கள் எல்லாம் அடைந்தன. எண்பதுக்கு மேல் வயது கூடிவிட்டது. இன்றும் நடித்துக் கொண்டிருக்கிறேன். என்னை அன்பாக பாலிவுட் பாட்சா அமிதாப் பச்சன் என்று மக்கள் கொண்டாடுகிறார்கள். இதற்கெல்லாம் ஒரே காரணம் மீண்டும் மீண்டும் முயற்சி செய்ததும், முட்டிமோதித் தோல்விகளைக் கடந்து வந்ததும்தான். வாழ்க்கை இப்படித்தான் இருக்கும். சாமானியனாக ஆக வேண்டுமா, சாதனையாளனாக ஆக வேண்டுமா என்பதை நீங்கள் மட்டும் தான் தேர்வு செய்யப் போகிறீர்கள்.

அமிதாப் பச்சன்

20. சில்வஸ்டர்

பிறக்கும் போதே அவலட்சணமாகப் பிறந்தேன். நரம்புப் பிரச்சனையால் என் இடது பக்க நரம்புத் தசையெல்லாம் ஒரு பக்கம் இழுத்துக் கொண்டது. என்னதான் தெளிவாகப் பேச நினைத்தாலும் அது வழவழ கொழகொழா என்றுதான் முடியும். வீட்டை விட்டு வெளியே செல்லும்போதெல்லாம் கிண்டல்களுக்கும் கேலிகளுக்கும் குறைவிருக்காது.

இது போதாதென்று, அம்மா அப்பாவிற்கு நடுவில் கருத்து வேறுபாடு. பிரிந்தார்கள். வேறு துணையைத் தேடிக்கொண்டார்கள். அது அவர்கள் விருப்பம். ஆனால் எனக்கு இருவரும் பாதிப் பாதியாகக் கிடைத்தது மேலும் என்னைப் பலவீனமாக்கியது. இங்கு சிறிது நாள் அடைக்கலம், அங்கு சிறிது நாள் அடைக்கலம் என்று பள்ளிப் படிப்பை முடித்தேன். ஆறாத ரணங்களும் வலிகளும் எனக்குள் நிரந்தரமாகிப் போயின.

விசித்திரமான ஆசை ஒன்று மனத்துக்குள் இருந்து கொஞ்சம் கொஞ்சமாக வளர்ந்து மேலே வந்தது. நடிக்க வேண்டும். எப்படி? எனக்குத் தெரியாது. ஆனால் நடிக்க வேண்டும். லாஸ் ஏஞ்சல்ஸ்

நகருக்குச் சென்றேன். தேடித்தேடி அலைந்ததில் நிழலைப் போலத் திரையில் வந்து போவதற்கு மட்டும் வாய்ப்பு கிடைத்தது. நிஜமாக வந்தாலே சினிமாவில் தாக்குப் பிடிக்க முடியாது. ஒவ்வொரு நாளும் வறுமையுடனே கழிந்தது.

எனக்கு ஆறுதல், துணை எல்லாம் என் நாய் மட்டுமே. நான் எப்படி இருந்தாலும் என்னைச் சுற்றிச் சுற்றி வந்து “நீ தான் என் உலகம்” என்று குரைப்பான். அவனும் என்னோடு சேர்ந்து பசித்திருப்பது தாங்க முடியவில்லை. அவனை ஐம்பது டாலருக்கு விற்றேன். அன்றுபோல் நான் என்றும் நொந்து போனதில்லை. ஆனால் வறுமை என்னை இதைச் செய்ய வைத்தது. வாடகை தரவில்லை என்று வீட்டுக்காரர், கழுத்தைப் பிடித்துத் தள்ளாத குறையாக என்னை வெளியேற்றினார். நியூயார்க் பேருந்து நிலையத்தில் குளிரில் நடுங்கியபடி படுத்திருந்த நாள்களும் இருந்தன.

கையில் இருந்த பணம் எல்லாம் சாப்பாட்டிற்கே சரியாய் போனது. அடுத்த வேளை பசித்தால் ஒன்று திருட வேண்டும் அல்லது வேலையைத் தேட வேண்டும். திருடனாக மாற, எல்லாச் சந்தர்ப்பமும் வாழ்க்கை எனக்குக் கொடுத்தது. ஆனால் நான் அதைக் கடினமாக நிராகரித்தேன். அதைவிட இன்னொரு கொடும் செயலைச் செய்ய வேண்டி இருந்தது. சாஃப்ட் பார்ன் படத்தில் நடிக்க வேண்டியிருந்தது. இரண்டு நாள் வேலை. கையில் கொஞ்சம் பணம் கிடைத்தது.

அச்சமயத்தில் குத்துச்சண்டை போட்டி நடந்து கொண்டிருந்தது. உலகமே கொண்டாடும் முகம்மது அலி விளையாடுகிறார் என்ற விளம்பரம் பார்த்தேன். நீண்ட நாள்களுக்குப் பின்னர் எனக்குள் ஒரு உற்சாகம் வந்தது. சீட்டை வாங்கிக் கொண்டு அனைத்தையும் மறந்து உட்கார்ந்தேன். சக் வெப்னர், முகம்மது அலியோடு போட்டி போட ஆரம்பித்தார். முதல் சுற்று, இரண்டாம் சுற்று, மூன்றாம் சுற்று... என்று பதினைந்து சுற்றுகள் போயின. குத்துச்சண்டை ஜாம்பவானான முகம்மது அலியை எதிர்த்து அன்று சக் வெப்னர் களத்தில் நின்றது பெரும் சாதனை. அவரது விடாமுயற்சி என்னை ஆச்சரியப்படுத்தியது. அந்த நிகழ்ச்சி எனக்குள் பெரும் தாக்கத்தை ஏற்படுத்தியது. புதுவிதமான உற்சாகத்தைக் கொடுத்தது.

வீட்டிற்கு வந்தேன். அதே உற்சாகத்தோடு எழுத உட்கார்ந்தேன். மூன்று நாள் தொடர்ந்து எழுதினேன். சிறந்த கதை ஒன்றை எழுதி முடித்தேன். இது போதும். இதை வைத்து ஹாலிவுட்டுக்குள் நுழைந்து விடலாம் என்று நினைத்தேன். பல இடங்களுக்குக் கதையோடு சென்றேன். நிராகரித்தார்கள்.

இறுதியாக “யுனைட்டட் ஆர்டிஸ்ட்” ஸ்டூடியோ ஆர்வம் காட்டியது. அவர்களுக்கு என் கதை பிடித்திருந்தது. அதில் வரும் கதாநாயகன் கதாபாத்திரத்தில் நான் நடிக்க விருப்பம் தெரிவித்தேன். அதற்கு அவர்கள் ஒப்புக் கொள்ளவில்லை. எழுபத்தைந்தாயிரம் டாலர்கள் கொடுத்து என் கதையை வாங்கிக் கொள்வதாகச் சொன்னார்கள். பெரிய பணம். ஆனால் மனம் இடம் கொடுக்கவில்லை. இல்லையென்றேன். ஒரு லட்சம், இரண்டு லட்சம், மூன்றரை லட்சம் என்று பேரம் அதிகமாகிக் கொண்டிருந்தது. இது நான் எதிர்பார்க்காத பணம். ஒரு வேளை அந்த ஸ்க்ரிப்ட்டை விற்ற பின்னர், அது பெரும் படமாக வெற்றி பெற்றுவிட்டால், என் இயலாமை என்னைக் கொன்றுவிடும் என்று தோன்றியது.

யுனைட்டட் ஸ்டூடியோ என் நிபந்தனையை ஏற்றுக் கொண்டது. நான் கதாநாயகனாக என் கதையில் நடித்தேன். “ராக்கி” என்ற அந்தப் படத்திற்குச் சிறந்த படம், சிறந்த இயக்கம் என்று இரண்டு பிரிவுகளில் ஆஸ்கர் விருது கிடைத்தது.

படம் முடித்த கையோடு என் நாயைத் தேடிச் சென்றேன். பாருக்கு வெளியே மூன்று நாள் நின்றேன். என் நாயோடு அந்த மனிதர் வந்தார். எதற்காக என் நாயை விற்றேன் என்று விளக்கினேன். எனக்குத் திரும்ப அவன் வேண்டும் என்றேன். அவர் மறுத்து விட்டார். ஐம்பது டாலருக்கு விற்ற என் நாயைப் பதினைந்தாயிரம் டாலர்கள் கொடுத்து வாங்கினேன்.

சாதாரண வாழ்க்கையிலிருந்து பெரிதாக எதையாவது சாதிக்க வேண்டும் என்றால், நிராகரிப்புகளுக்குத் தயாராக வேண்டும். விடாமுயற்சியோடு அன்று பிடிவாதமாக என் ஸ்க்ரிப்ட்டை கொடுக்காமலிருந்ததற்குப் பின்னால் தோல்விகள் கற்றுக் கொடுத்த பாடங்கள் பல இருந்தன. சில்வெஸ்டர் ஸ்டாலோன் என்கிற

என் பெயர் இன்றும் மக்கள் மனங்களில் நிலைத்திருக்கிறது. "ராக்கி"யை ஹாலிவுட் திரையுலகின் மிகச் சிறந்த படம் என்று இன்றும் மக்கள் கொண்டாடுகிறார்கள்.

சில்வெஸ்டர் ஸ்டாலோன்

21. ஆப்பிள்

குழந்தை பிறந்தவுடன் அது எப்படி வளர வேண்டும் என்ற ஆசை பெற்றோர்களுக்கு இருப்பது போல், என் அம்மாவுக்கும் ஓர் ஆசை இருந்தது. தனது குழந்தை கல்லூரிப் படிப்பை முடிக்க வேண்டும். அதற்கு யார் பொறுப்பேற்கிறார்களோ அவர்களுக்கு மட்டுமே என்னைத் தத்துக் கொடுப்பதாக முடிவெடுத்திருந்தார். காரணம், என்னை ஈன்றபோது அவர் கல்லூரி மாணவி.

ஆனால், நினைத்தபடி வாழ்க்கை சென்றுவிட்டால் எப்படி? என்னைத் தத்தெடுத்தவர்கள் பள்ளிப்படிப்பைக் கூட முடிக்காதவர்கள். அம்மாவிடம் என்னைக் கல்லூரிக்கு அனுப்புவதாக வாக்குக் கொடுத்தார்கள். அதற்குப் பின்னர் தான் அம்மா ஆவணங்களில் கையொப்பம் இட்டார்.

ஸ்டாண்ட்ஃப்பொர்ட் கல்லூரிக்குச் சமமான ரீட் கல்லூரியில் என்னைச் சேர்த்தார்கள். சமம் என்று சொன்னது கட்டணத்தில். அம்மா அப்பா இருவர் சம்பாதிப்பதும் கல்லூரிக் கட்டணத்திற்கே சரியாக இருந்தது. நானும் நன்றாகப் படிக்க வேண்டுமென்ற முடிவோடு தான் கல்லூரிக்குச் சென்றேன். ஆனால் படித்த எந்தப் பாடமும் மனதுக்கு பிடிக்கவில்லை.ஏனோ தானோ என்று படித்துக் கொண்டிருந்தவன், ஒரு நாள் படிப்பைப் பாதியில் நிறுத்தினேன். அதே கல்லூரியில் காலிகிராஃபி வகுப்புகளுக்குச் சென்றேன். ஏன்

சென்றேன் என்றெல்லாம் தெரியாது. பிடித்திருந்தது சென்றேன். நண்பன் அறையில் தரையில் படுத்துக் கொள்ள மட்டுமே காலம் என்னை அனுமதித்தது.

ஒரு காலி கோக-கோலா பாட்டிலுக்கு ஐந்து செண்ட் கிடைக்கும். அதைச் சேகரித்து அதில் வரும் டாலரில் உணவு வாங்கியிருக்கிறேன். எல்லாம் ஒரு ஜாண் வயிற்றுக்காக. அதுமட்டுமா..? வாரம் ஒரு நாள் ஏழு மைல் நடந்து சென்று ஹரே ராமா ஹரே கிருஷ்ணா கோயிலில் கிடைக்கும் பிரசாதத்தைச் சாப்பிட்டு நாக்கைச் சமாதானப்படுத்தியிருக்கிறேன்.

வாழ்க்கையில் நடந்து கொண்டிருக்கும் எதுவும் அப்போது எனக்குப் பிடிபடவில்லை. பிடிக்கவில்லை. கணினியைப் பற்றி அப்போது அனைவரும் பேச ஆரம்பித்திருந்தார்கள். அதற்கான சில கிளப்புகளும் இருந்தன. அப்படி நான் செல்லும் ஒரு கிளப்பில், ஸ்டீவ் வோஸ்னியாக்கைப் பார்த்தேன். இருவருடைய ஆர்வமும், ஆசையும் ஒரே கோட்டில் இருந்தன. எனது இருபதாவது வயதில் எனது வீட்டின் கேரேஜில் இருவரும் சேர்ந்து ஆப்பிள் நிறுவனத்தை ஆரம்பித்தோம்.

இருவருடைய உலகமாக கேரேஜ் மாறியது. அப்போது பிரபலமாக இருந்த மெயின் ஃப்ரேம் கணினிகள் அளவில் பெரிதாக இருந்தன. அதற்கு மாற்றாக ஒவ்வொருவரும் தனித்தனியாக உபயோகிக்கும் கணினியை உருவாக்க வேண்டும் என்பது தான் இலக்கு. முதலில் ஆப்பிள் ஐ (Apple I) சுற்று பலகையை (circuit board) உருவாக்கினோம். நல்ல வரவேற்பு இருந்தது. ஆப்பிள் ஐ2 (Apple I2) என்று முதல் முறை பெர்சனல் கணினிகளை உருவாக்கினோம். முன்பு நான் கற்றுக் கொண்ட காலிகிராஃபி நேர்த்தியான எழுத்து உருவாக்கங்களுக்கு உதவியது. மற்ற கணினிகளைவிட ஆப்பிளில் இருக்கும் தனித்துவமான விஷயங்களில் அதுவும் ஒன்றாக மாறிப் போனது. அன்று காலிகிராஃபி வகுப்புக்கு ஆப்பிளை நினைத்துச் செல்லவில்லை. ஆனால் கற்றுக் கொண்ட எதுவும் வீண் போகவில்லை என்று உணர்ந்தேன்.

ஆப்பிள் ஐ2-விற்கும் நல்ல வரவேற்பு இருந்தது. ஆனால் அதற்குப் பின்னர் உருவாக்கிய ஆப்பிள் ஐ3-இல் தொழில்நுட்பக் கோளாறுகள் இருந்தன. விலையும் அதிகமாக இருந்ததால் சரியாக விற்கவில்லை.

ஆப்பிள் நிறுவனம் வளர்ந்தது. இயக்குநர்கள் குழு உருவானது. நான் தான் உருவாக்கினேன். மக்களைச் சேர்ப்பது முக்கியமில்லை, அனைவரும் ஒத்த கருத்தோடு இருப்பது முக்கியம் என்பதை உணர்ந்தேன். எங்களுக்குள் கருத்து வேறுபாடுகள் வர ஆரம்பித்தன. என் நண்பனோடு சேர்ந்து உருவாக்கின நிறுவனத்திலிருந்து நான் வெளியே செல்ல வேண்டிய சூழல். என் உலகம் சில நிமிடங்களில் என்னிடம் இருந்து பறிக்கப்பட்டது. எல்லாப் பங்குகளையும் விற்றேன். ஒன்றை மட்டும் ஞாபகத்துக்கு விட்டேன். நான் துரத்தப்பட்டேன் என்றாலும் ஆப்பிள் நிறுவனம் என் இதயத்துக்கு நெருக்கமானதாக எப்போதும் இருக்கும் என்று தெரியும்.

வெற்றி பெற்றுக் கொண்டிருந்த மனத்தில் சட்டென்று வெறுமை சூழ ஆரம்பித்தது. மீண்டும் முதலிலிருந்து ஆரம்பிக்க வேண்டும். என்ன செய்யப் போகிறேன்? என்றெல்லாம் தெரியாது. ஆனால் எது செய்தாலும் கணினி சார்ந்து மட்டுமே செய்வேன். அது மட்டுமே தெரியும் என்றிருந்தேன். ஆப்பிள் பங்கு விற்ற பணத்தை வைத்து நெக்ஸ்ட் நிறுவனம் ஆரம்பித்தேன். ஆப்பிளுக்கு ஓர் இதயம் தேவையென்றால், அது என்ன செய்ய வேண்டுமோ அதை அடிப்படையாக வைத்துத்தான் நெக்ஸ்ட் உருவானது.

ஆப்பிளிலிருந்த போது பல முறை பிக்ஸார் நிறுவனத்தை வாங்க வேண்டும். அடுத்த நிலைக்கு அதைக் கொண்டு செல்ல வேண்டும் என்று ஆசைப் பட்டதுண்டு. ஆசை மட்டுமல்ல. அது நிச்சயமாக வெற்றி தரும் என்று தெரியும். ஆனால் அங்கு அது கை கூடவில்லை. நெக்ஸ்ட் நிறுவனம் நன்றாகப் போய்கொண்டிருந்தது. அப்போது பிக்ஸார் நிறுவனத்தின் சி.இ.ஓவாக பொறுப்பேற்றேன். டாய் ஸ்டோரி முழுக்க முழுக்க கணினியை வைத்து உருவாக்கப்பட்ட முதல் கார்டூன் படமாகக் கொண்டாடப்பட்டது. வாழ்க்கையில் சறுக்கி விழுந்து எழுந்து இன்னொன்றை உருவாக்கி நிற்க பத்து வருடங்கள் பறந்தோடின.

அச்சமயம் ஆப்பிள் நிறுவனம் இக்கட்டான சூழலில் இருந்தது. ஐபிஎம் மற்றும் மைக்ரோசோஃப்ட் உடனான போட்டியில் பின்னடைவை சந்தித்துக் கொண்டிருந்தது. அந்தச் சமயத்தில் நெக்ஸ்ட் நிறுவனம் ஆப்பிளுக்குத் தேவையாக இருந்தது. நெக்ஸ்ட் ஆப்பிளோடு இணைந்தது. மீண்டும் நான் இயக்குநர்கள் குழுவில்

சேர்ந்தேன். அதற்குப் பின்னர் நடந்ததெல்லாம் கணினி உலகின் சகாப்தங்களாக மாறிப் போயின.

எத்தனை முறை தோல்வி அடைந்தாலும் மீண்டும் எழுந்து நிற்க நாம் தயாராக இருக்கிறோம் என்பதுதான் வெற்றி. தோல்விகள், வறுமை, துரோகங்கள் எல்லாவற்றையும் செரிக்க என் மனம் பழகிக் கொண்டிருந்தது. சில சறுக்கல்களுக்கு அப்போது காரணம் தெரியவில்லை. ஆனால் பத்து வருடங்கள் கடந்தபின் எல்லாம் தெள்ளத் தெளிவாகத் தெரிந்தது.

காலிகிராஃபி வகுப்புகள் மேக்கிண்டோஷ் உருவாக்குவதில் உதவியாக இருந்தது. ஆப்பிள் என்னை வெளியே அனுப்பாமல் இருந்திருந்தால் நெக்ஸ்ட் உருவாகி இருக்காது. பிக்ஸார் அடுத்த நிலைக்குச் சென்றிருக்காது. எது நடந்தாலும் நன்மைக்கே என்பதை இறுதிக் காலங்களில் உணர்ந்தேன்.

தொழில்நுட்பம் இருக்கும் வரை ஆப்பிள் இருக்கும். ஆப்பிள் இருக்கும் வரை ஸ்டீவ் ஜாப்ஸின் அர்ப்பணிப்பும் உருவாக்கமும் இருக்கும் என்று நீங்கள் சொல்லுவதற்கு நான் என்னைத் தயார்ப்படுத்திக் கொண்டேன்.

ஸ்டீவ் ஜாப்ஸ்

22. அமெரிக்காவின் வேர்

ஒவ்வொரு முறை படிக்க உட்காரும் போதும், "படித்துக் கிழித்தது போதும்டா மகனே, வந்து அப்பாவோடதோட்டத்தில் வேலை செய்" என்று அப்பா முதலில் அழைப்பார். சில நிமிடத்திற்குள் அம்மாவின் குரலும் பின்னோடேயே வரும். சுவாரஸ்யமாகப் படிக்க உட்காரும் ஒவ்வொருமுறையும், எனக்கு இது தவறாமல் நடக்கும். 'படித்து என்ன செய்யப் போகிறாய்?' என்று என் தாய் கேட்கும் ஒவ்வொரு தருணத்திலும் உள்ளுக்குள் கலங்கி நிற்பேன். பள்ளி வாசம் என்பது என் வாழ்நாளில் சில மாதங்கள் மட்டுமே.

ஏழ்மை என் கல்வியைக் களவாடிக் கொண்டது. அப்போதே என்னுடைய தோல்வி தொடங்கிவிட்டது. எப்படியாவது படிக்க வேண்டும் என்று ஆசைப்பட்டேன். அது என் தந்தையை எரிச்சலடையச் செய்தது.

தொடர்ந்து பள்ளிக்குச் செல்லமுடியவில்லை. அதனாலென்ன... கைக்குக் கிடைக்கும் எதுவொன்றையும் விடாமல் படித்தேன். அப்படி எதுவும் கிடைக்கவில்லையென்றால் வீட்டிலிருந்த பைபிளைத் திரும்பத் திரும்பப் படித்தேன். புரிந்ததா? இல்லையா? என்றெல்லாம் நான் கவலைப்படவில்லை. ஈசோப்பின் கதைகள் எல்லாம் அத்துப்படியாகி இருந்தது. அதே நேரம் ஷேக்ஸ்பியரையும் விட்டுவைக்கவில்லை.

படிக்க, எழுத கற்றுக் கொண்டேன். படித்ததைப் புரிந்து கொள்ளவும் முயன்று வெற்றியடைந்தேன். சில காலம் அப்பாவுக்கு உதவியாக இருந்தேன். பிறகு வக்கீலுக்குப் படிக்க மிக ஆசைப்பட்டேன். நேரம் கிடைக்கும்போதெல்லாம் படித்தேன். 'படித்துக் கொண்டே உட்கார்ந்தால் அடிப்படைத் தேவைகளை யார் பூர்த்தி செய்வார்?' என்பது என் இருபத்தி மூன்றாவது வயதில்தான் உறைத்தது.

ஒரு மளிகைக் கடையை வைத்துப் பொருளாதார நிலையைச் சரி செய்து கொள்ளலாம் என்றொரு யோசனை வந்தது. இலினாய் மாகாணத்தில் உள்ள நியூ சலேம் என்ற ஊரில் கடையைத் திறந்தேன். கடையை ஒழுங்காக நடத்த வேண்டும் என்றால் அதற்கும் சில விதிமுறைகள் உண்டல்லவா? அவையெதுவும் என் நினைவில் இல்லை, தெரிந்ததெல்லாம் பொருள் வாங்கி வரவேண்டும், கடன் கேட்பவர்களுக்கு இல்லை என்று சொல்லாமல் கொடுக்க வேண்டும். அவ்வளவே.

இப்படி நான் இருந்ததனால் கடையை ஆரம்பிப்பதற்காக நான் வாங்கிய கடனையும் திருப்பிச் செலுத்த என்னால் முடியவில்லை. மளிகைக் கடை வைத்து யாரும் நஷ்டப்பட்டு இருக்க மாட்டார்கள். ஆனால் இரக்க குணத்தால் நான் நஷ்டமானேன்.

இதற்கிடையில் ஆன் ரூட்லெட்ஜை சந்தித்தேன். கண்டதும் காதல். அதிர்ஷ்டவசமாக என் வாழ்வில் ஒரு நல்லது நடந்தது. என் முதல் காதல் கைகூடியது. எதுவும் சரியாக இல்லை என்று நான் துவளும் போதெல்லாம் அன்பால் அவள் அரவணைத்துத் தேற்றினாள். வாழ்க்கையோடு போராட இது போதுமென்ற தைரியம் எனக்குள் வந்தது. எல்லாம் சிறிது காலத்திற்குத்தான் என்பது அப்போது எனக்குத் தெரியவில்லை. எனக்குத் தோள் கொடுத்த காதலைக் காலம் சற்றும் கருணையின்றிப் பறித்துக் கொண்டது. டைஃபாய்டில் அவள் மரணமடைந்தாள். என் உலகம் இருண்டு போனது.

நான் துயரத்தின் ஆழத்தில் உழன்று கொண்டிருந்தேன். அதிலிருந்து மீண்டுவர நான் போராடும் போது மீண்டும் படிப்பு எனக்குக் கை கொடுத்தது.

பைத்தியக்காரன் போல் படிக்க ஆரம்பித்தேன். அதன் விளைவு.... என் முப்பதாவது வயதில் அதிகாரப்பூர்வமாக வக்கீல் ஆனேன்.

இனியும் தோட்டத்தில் வேலை செய்யும் அடித்தட்டு மக்களின் கூட்டத்தில் ஒருவனாக இருக்க அவசியமில்லை என்கிற எண்ணமே ஆசுவாசமாக இருந்தது.

நீதிமன்றம் எனக்குப் புதுவிதமான உத்வேகத்தைக் கொடுத்தது. அதற்காக வெற்றி என் மடியில் வந்து தவழ்ந்தது என்று அர்த்தமில்லை. தோல்விகளை எதிர்கொள்ள மனம் தயாராகி விட்டிருந்தது.

அமெரிக்க செனட் பதவிக்குப் போட்டியிட்டேன். தோற்றேன். மீண்டும் போட்டி. மீண்டும் தோல்வி. தொடர்ந்து கிடைத்த தோல்விகள் ஒரு பக்கம் என்னைச் சோர்வடையச் செய்தன. இருந்தாலும் மீண்டும் போட்டியிட்டேன். இறுதியாக.... 1846-ஆம் ஆண்டு வெற்றி கண்டேன்.

சொல்ல மறந்துவிட்டேன், இதற்கிடையில் மறுகல்யாணம் கச்சேரி எல்லாம் நடந்தது. நான்கு மகன்கள் பிறந்தார்கள். எல்லா அப்பாக்களையும் போல் நானும் மகிழ்ந்தேன். அவர்கள் வளர்ந்தார்கள். மகிழ்வதற்கு உனக்கு அதிக வாய்ப்பில்லை என்பதுபோல வாழ்வில் எதிர்பார்க்காத விஷயங்களாக எனக்குத் தொடர்ந்து நடந்தன. பத்து, பதினொன்று, ஆறு வயது என்று ஒவ்வொரு குழந்தைக்கும் வரிசையாக நோய்த் தொற்று ஏற்பட்டது. மூன்று மகன்களையும் இழந்தேன். இழப்பதற்கு இன்னும் என்ன இருக்கிறது? ஆனால் வாழ வேண்டும். இத்தனைக்குப் பின்னும் வாழ்வதில் எனக்குப் பிடிப்பு இருந்தது தேர்தல் போட்டியிட்டேன்.

1860-இல் நான் எதிர்பார்த்தது நடந்தது. ஜனாதிபதியாகத் தேர்ந்தெடுக்கப்பட்டேன். ஆம் அமெரிக்காவின் ஜனாதிபதி. ஆனால் நீங்களெல்லாம் எண்ணுவதுபோல அத்தனை எளிதில் கட்சிகள் என்னை ஏற்றுக் கொள்ளவில்லை. ஜனநாயகக் கட்சி ஏற்றுக் கொள்ளவில்லை என்றால் ஓர் அர்த்தம் இருக்கிறது. என் கட்சியில் இருந்த சிலருக்கும்கூட என்னைப் பிடிக்கவில்லை.

பதவி என் கண்களை மூடவில்லை. நாலாபக்கமும் கூர்ந்து கவனிக்க ஆரம்பித்தேன். அடிமைகள் அவசியம் என்று ஒரு பக்கமும், அவர்களும் மனிதர்கள்தானே என்று எதிர்ப்பக்கமுமாக மக்கள் பிரிந்து நின்றார்கள். சரியாகச் சொல்வதென்றால் வடக்கு

அமெரிக்கா, தெற்கு அமெரிக்கா என்று எதிரெதிர்த் துருவங்களாய் நின்றார்கள்.

அச்சமயத்தில்தான் அமெரிக்க வரலாற்றில் மிகவும் மோசமான உள்நாட்டுப் போர் நடந்தது. அதிபராக இருந்த நான் சரியானதைச் செய்ய முடிவெடுத்தேன். அதிபராக இருந்தாலும் ஒற்றைக் கையசைவில் எதுவும் நடந்துவிடவில்லை.

அமெரிக்க அரசியலமைப்பின் பதின்மூன்றாவது திருத்தத்தை நிறைவேற்றினேன். அடிமைகள் இல்லாத அமெரிக்காவைப் பார்க்க நான் எடுத்து வைத்த இந்த முதல் திருத்தம் மாற்றங்களைக் கொண்டு வரும் என்று என் மனம் திடமாக நம்பியது.

பகைவர்களைச் சம்பாதித்தேன். விளைவு குண்டடிபட்டு உயிர் துறந்தேன். பிறந்தால் இறக்க வேண்டும் என்பது நியதி. அது எப்படியும் நடந்திருக்கும். ஆனால் இன்றும் வரலாற்றில் நான் நிலைத்து நிற்க உதவியது ஒன்றே ஒன்றுதான். தோல்விகளைக் கண்டு என்றைக்கும் நான் அஞ்சியதில்லை.

மளிகைக் கடை நன்றாக நடந்திருந்தால், ஆபிரகாம் லிங்கன் தொழிலதிபராக ஆகியிருப்பான். இரக்க குணம் ஜெயித்தது. சந்தேகமேயில்லை. ஆனால் தோல்விகள் என்னை ஒருபோதும் பாதிக்கவில்லை, இன்றும் உங்கள் மனங்களில் அமெரிக்காவின் சிறந்த அதிபராக வாழ்கிறேன்.

ஆபிரகாம் லிங்கன்

23. ஆசியாவின் சூப்பர் ஸ்டார்

"இந்த ஐந்து கிலோ குழந்தையை நான் எடுத்துக்கறேன், 1000 டாலர் வாங்கிக்கோங்க" என்று என் அம்மாவுக்குப் பிரசவம் பார்த்த மருத்துவர் சொன்னார். காரணம் வறுமை. ஆனால் என் பெற்றோர் அதற்கு ஒப்புக் கொள்ளாமல் கடன் வாங்கி மருத்துவருக்குக் கொடுக்க வேண்டிய பணத்தைக் கட்டிவிட்டு, என்னை வீட்டுக்கு எடுத்து வந்தார்கள்.

படிப்பிற்கும் எனக்கும் ஏழாம் பொருத்தமாக இருந்தது. இதை அப்பா மிக விரைவில் தெரிந்து கொண்டார். ஹாங்காங்கில் இருந்த சீன நாடகப் பள்ளியில் என்னைச் சேர்த்துவிட்டார். நியாயமாக அங்கிருந்த கண்டிப்பைப் பார்த்து பள்ளியே மேல் என்று பட்டது. ஆனால் வேறு வழியில்லை... நாடகப் பள்ளியில் தொடர்ந்து படித்தேன். பெற்றோர்களுக்கு ஆஸ்திரேலியாவில் வேலை கிடைத்தது. வறுமையிலிருந்து மீள இது ஒரு நல்ல வாய்ப்பாக எண்ணினார்கள். ஆனால் என்னை ஹாங்காங்கில் விட்டுச் சென்றார்கள். மிக நீண்ட காலம் அநாதையைப் போலவே அன்புக்கு ஏங்கியுள்ளேன்.

பள்ளி முழுக்க கண்டிப்பு மட்டுமே. காலை ஐந்தரை மணிக்கு ஆரம்பமாகும் பயிற்சி பன்னிரண்டு முதல் பதினாறு மணி நேரம் வரை கூட செல்லும். சில நாள்களில் ஓடிவிடலாம் என்று கூட தோன்றியிருக்கிறது. ஆனால் எங்கு செல்வேன்? ஹாங்காங்கில் எனக்கு யாரையும் தெரியாதே. எனவே வேறு வழியின்றி மீண்டும் என் தினப்படி வாழ்க்கைக்குத் திரும்பிவிடுவேன்.

நாடகப் பள்ளி என்பதால் நாடகம் மட்டுமல்ல, தற்காப்புக்கலை, நடனம் என்று அனைத்தும் சொல்லித் தந்தார்கள். முக்கியமாகத் தற்காப்புக் கலைக்குக் கூடுதல் கவனம் தரப்பட்டுள்ளது. அது அந்த மண்ணின் குணம். பத்து வருடங்கள் பறந்து போயின. பதினேழு வயதில் நான் வேலையைத் தேட வேண்டும். நாடகங்களில் நடிக்க வாய்ப்புக் கிடைத்தது. சண்டைக் காட்சிகளில் ஆர்வம் அதிகமாக இருந்தது. வந்த ஒரு வாய்ப்பையும் விடவில்லை. இறுதியில் நான் பார்த்து வியந்த ஆளுமையான ப்ரூஸ்லீ நடிக்கும் படங்களில் அவரிடம் அடிவாங்கும் பாத்திரங்களில் நடிக்க வாய்ப்பு வந்தது.

எனக்கு மட்டுமில்லை என்னைப் போன்ற பலருக்கும் அவர் கனவு நாயகன். ஒருமுறை அவரிடம் அடிவாங்கி, பொய்யாக வலிக்கிறது என்று சொல்ல என்னை மருத்துவமனைக்கு அனுப்பி அன்று அவ்வப்போது என் நிலையைப் பற்றிக் கேட்டுத் தெரிந்து கொண்டார். ஒரு ரசிகனாக நான் அதைப் பொக்கிஷமாக்கிக் கொண்டேன். இதெல்லாம் ஒரு நிறைவைத் தந்ததே அன்றி காசை அல்ல. வறுமை இப்போதும் சப்பணமிட்டு உட்கார்ந்திருந்தது.

எவ்வளவு முட்டி மோதியும் ஒன்றும் நடக்கவில்லை. பெற்றோர்களிடம் நிலையைச் சொன்னேன். கட்டட வேலைக்கு என்னை ஆஸ்திரேலியா அழைத்துக் கொண்டார்கள். அங்குக் கிடைத்த ஒரு நண்பர் தான் என்னை ஜாக்கி என்று அன்பாக அழைக்க ஆரம்பித்தார். கட்டட வேலை, உணவகத்தில் வேலை என்று காசுக்குக் குறைவில்லை என்றாலும் மனம் மகிழவில்லை.

அந்த நேரத்தில் தான் ஹாங்காங்கிலிருந்து பட வாய்ப்பு வந்தது. 'நியூ ஃபிஸ்ட் ஆப் ஃப்யூரி' படத்தில் நடித்தேன். வாழ்க்கை மாற ஆரம்பித்த தருணம்.

ப்ரூஸ்லி இறந்த காலம் அது. அடுத்த ப்ரூஸ்லீ என்று பலரைத் திரை உலகம் அறிமுகப்படுத்தியது. ஆனால் யாரையும் மக்கள் ஏற்றுக் கொள்ளவில்லை. நான் வெறும் சண்டைக் காட்சிகளில் வந்து மக்கள் மனங்களைக் கவர முடியாது. ஏதாவது செய்ய வேண்டும்? வித்தியாசமாக? சுவாரஸ்யமாக? அப்போது தான் நகைச்சுவையையும் சண்டையையும் சேர்த்துச் செய்தால் மக்கள் ரசிப்பார்கள் என்று தோன்றியது. உடனே செயலில் இறங்கினேன். நினைத்ததைப் போல் மக்கள் வரவேற்றார்கள். தொடர்ந்து படங்களில் நடித்துக் கொண்டிருந்தேன்.

சண்டைக் காட்சிகளில் எனக்குப் பதிலாய் வேறு ஒருவரை நடிக்கச் செய்யாமல் நானே நடித்தேன். அதிலும் குறிப்பாக மேலிருந்து கீழே விழும் காட்சிகளில். அப்படி நடித்த ஒரு படத்தில் மேலிருந்து கீழே விழுந்தபோது மண்டையில் பலத்த அடி. பிழைப்பேனா மாட்டேனா என்ற நிலையைக் கடந்து இருந்தேன். ஆனால் சகஜ நிலைக்குத் திரும்ப இரண்டு வருடங்கள் ஆயிற்று.

ஒன்று படப்பிடிப்பு, இல்லையென்றால் மருத்துவமனையில் எலும்பு முறிவுகளுக்குச் சிகிச்சை. 'ஆசியக் கண்டத்தின் ஆக்‌ஷன் ஹீரோ' என்று மக்கள் கொண்டாடினார்கள். இது போதாதா என் அமெரிக்கக் கனவை நிறைவேற்றிக் கொள்ள. ஹாலிவுட்டில் ஒரு சுற்று வந்துவிடலாம் என்று கிளம்பினேன். அங்கு என்னை வித்தை செய்யும் ஒரு குரங்கைப் போலவே பத்திரிக்கைகள் பார்த்தன. பத்திரிக்கைச் சந்திப்பின் போது, உங்கள் வெறும் கையால் செங்கல்லை உடைப்பீர்களா? இப்படிக் குதிக்க முடியுமா? என்று கேள்விகளைக் கேட்டு என்னைக் காயப்படுத்தினார்கள்.

ஹாங்காங் திரும்பினேன். முன்பு வெளிவந்த படங்களின் இரண்டாம் பாகத்தை எடுக்க முடிவு செய்தேன். ஒவ்வொன்றையும் மக்கள் கொண்டாடினார்கள். அதற்குப் பின்னர் ஹாலிவுட் என்னை அழைத்து பெரிய வாய்ப்புகளைத் தந்தார்கள். நிராகரிப்பு, தோல்வி, அவமானம் இவை அனைத்தும் சேர்ந்த ஒருவன்தான் இந்த ஜாக்கி சான்.

ஜாக்கி சான்

24. கோழி அரசன்

ஐந்து வயதில் காய்கறிகளை வெட்ட மட்டுமல்ல, சமைக்கவும் கற்றுக் கொண்டேன். ஆரம்பத்தில் ஆர்வம் எல்லாம் இல்லை, சூழல் தான் என் பிஞ்சுக் கரங்களில் கரண்டியைக் கொடுத்தது.

எனக்கு ஐந்து வயதிருக்கும்போதே அப்பா இறந்து போனார். என்னையும் தம்பிகளையும் தனியே விட்டு விட்டு, அம்மா வேலையைத் தேடி வெளியே போய்விடுவார். சில நாள்கள் சேவல் கூவும்போது சென்றால் இருண்டபின் வீடு திரும்புவார்.

எனக்கும் தம்பிகளுக்கும் பசிக்கும். வீட்டில் இருக்கும் மாவை உருட்டி பிரட்டி ஏதோ முதலில் செய்ய ஆரம்பித்தேன். மெல்ல மெல்லமாக நாள்கள் கடந்தன. ரொட்டி சரியாக வர ஆரம்பித்தது. அப்படியே காய்கறி சூப் வைப்பது என்றுதொடங்கிப் பசியாற வீட்டில் இருக்கும் பொருள்களை வைத்து எதையாவது ஒன்றைச் சமைத்தேன்.

ஐந்து வயதில் தத்தக்க பெத்தகா என்று ஆரம்பித்த சமையல் ஏழு வயதாகும்போது இறைச்சி சமைக்கவும் கற்றுக்கொண்டேன். வளரும்போது என் பொறுப்புகளும் அதிகமாயின. தோட்டத்தில் வேலை செய்ய ஆரம்பித்தேன். அம்மாவிற்கும் சில உருப்படியான

வேலைகள் கிடைக்க ஆரம்பித்திருந்த காலம். வாழ்க்கையில் மாற்றங்கள் வரும் என்று ஆசையாக எதிர்பார்த்துக் கொண்டிருந்தேன். மாற்றம் வந்தது. ஆனால் நான் எதிர்பார்த்த மாற்றம் அல்ல. அம்மா மறுமணம் செய்து கொண்டார்.

புது அப்பாவிற்கும் எனக்கும் ஏழாம் பொருத்தம் ஜோராக இருந்தது. சிறிது நாள்களில் என் வீடு அந்நியாயமாகிப் போனது. பதினான்கு வயதில், வீட்டை விட்டு வெளியேறினேன். இல்லை, வெளியேற்றப்பட்டேன். சமைக்கத் தெரியும்,தோட்ட வேலை தெரியும் என்ற தைரியத்தில் நானும் சுற்றித் திரிந்து, தெற்கு இண்டியானாவில் தோட்டக்காரனாக வேலையைத் தேடிக் கொண்டேன்.

அப்பா இல்லாத வாழ்க்கை கொடுத்த அனுபவம், அம்மா இல்லாத நாள்களைச் சமாளிக்க உதவியது. கிடைத்த வேலை எதுவாக இருந்தாலும் செய்வேன். தேவை மிகச் சிறியது. சாப்பிட வேண்டும், வாடகை கொடுக்க வேண்டும் அவ்வளவுதான். துணிமணிகளுக்குக் கவலை இல்லை. பழைய சட்டைகள் கிடைத்துவிடும்.

காலம் என் கையில் சிறிது காசைக் கொடுத்து அழகு பார்த்தது. சொந்தமாகப் படகு வாங்கி ஒஹியோ ஆற்றில் படகோட்டியாக வலம் வந்தேன். சிறிது நாள்கள்தான் தாக்குப் பிடித்தது. படகை விற்றேன். வண்டி டயர்களை விற்றேன். ஏதேதோ செய்து தோற்றேன்.

நாற்பது வயதாகி இருந்த போதுதான் ஐந்து வயதில் கற்றுக் கொண்டதைத் தொழிலாக ஆரம்பிக்க முடிவு செய்தேன். ஷெல் எண்ணெய் நிறுவனத்திற்குள் உணவகம் ஆரம்பிக்க வாய்ப்பு கிடைத்தது. நான் ரசித்து ருசித்துச் சமைக்கும் உணவுகளில் கோழிக்குத் தனி இடம் உண்டு. கோழியை வறுத்து விற்றேன். எல்லாம் ஜோராக நடக்க ஆரம்பித்திருந்தது. எண்ணி நான்கு மாதங்கள் ஆகியிருந்தன. வியாபாரமும் சொல்லிக் கொள்ளும் அளவு போய்க் கொண்டிருந்தது. பணம் கையில் சேர ஆரம்பித்த காலம். கிட்டத்தட்ட பத்து வருடங்கள், நான், என் உணவகம் என்று வாழ்க்கை சென்று கொண்டிருந்தது.

அப்போது கெண்டக்கி என்ற ஊரில் ஓர் உணவகத்தை வாங்கினேன். சின்ன கடையிலிருந்து பெரிய உணவகம்

ஆரம்பிக்கும் அளவு வளர்ந்திருந்தேன். நான்கு மாதங்கள் மட்டுமே. அக்கடை தீவிபத்தில் முற்றிலுமாய் அழிந்துபோனது. ஓர் அடி முன்னே சென்றால் பத்தடிக்கு வாழ்க்கை பின்னோக்கி இழுத்துக் கொண்டிருந்தது.

ஐந்து வயதில் செய்ய ஆரம்பித்தது ஐம்பது வயதில் பொக்கிஷமாக மாறியது. எனது சிக்கன் ஃப்ரைக்கான ரகசிய கலவை தெரிந்து விட்டது. ஒரு முறை இரு முறை அல்ல பலமுறை செய்து பார்த்துச் சரியான சுவையில் தப்பவே தப்பாத உணவைத் தயாரித்தேன்.

1942-ஆம் ஆண்டு உலகப் போரின் தாக்கம் என் உணவகம் வரை பாதித்தது. பொருளாதாரம் கழுத்தை நெறிக்க ஆரம்பித்தது. உணவகத்தை விற்றேன். சிறிது பணம் கிடைத்தது. அடுத்து என்ன என்று யோசிக்க நான் அதிகமாக அவகாசம் எடுத்துக் கொண்டேன்.

தோல்விகள், போராட்டங்கள், சறுக்கல்கள் என்னை எதிலும் இலாயக்கற்றவனாகக் காட்டியது. மனைவியின் கண்களுக்கும் அப்படியே தெரிந்தேன் என்பது எனது துரதிர்ஷ்டம். திருமண வாழ்க்கை முறிந்தது.

அறுபத்தி ஐந்து வயதில் இழக்க என்னிடம் ஒன்றுமில்லை. என் ஃப்ரைட் சிக்கன் மட்டுமே வாழ்க்கையின் பிடிப்பாக மாறிப்போனது. சந்தேகமின்றி அது மிகச் சிறந்த ருசியை அள்ளிக் கொடுக்கக் கூடிய வஸ்து என்று எனக்குத் தெரியும். அதை மற்ற உணவகங்களுக்கும் கொடுக்க முடிவு செய்தேன்.

என் வறுத்த கோழியைச் சப்பு கொட்டிச் சாப்பிட்ட உணவக உரிமையாளர்கள், செய்முறையைக் கேட்டார்கள். செய்முறை என்ன? ரகசியத்தை சொல்லிக் கொடுக்கிறேன் அதற்கான விலையைக் கொடுங்கள் என்றேன். அவர்கள் நிராகரித்தார்கள். ஒன்றல்ல இரண்டல்ல சரியாக எண்ணிச் சொல்ல வேண்டுமென்றால் ஆயிரத்து ஒன்பது உணவகங்கள் என் வறுத்த கோழியை வாங்க மறுத்தார்கள்.

ஐந்து வயதில் ஆரம்பித்தது அறுபத்து ஐந்து வயது வரை, நிராகரிப்புகள் வெவ்வேறு முகமூடிகளை அணிந்தபடி வந்தன. என் அதிர்ஷ்டம் நண்பன் ரூபத்தில் வந்தது. என் எண்ணங்களைச் சரியாகப் புரிந்து கொள்ளும் அலைவரிசையில் அவனிருந்தான்.

கெண்டக்கி ப்ரைட் சிக்கனின் உரிமம் வழங்கச் சரியான வழிகளைத் தேடினோம். என் தோல்விகள் வழிகாட்டின. சுலபமாக ஆயிரத்து ஐந்நூறு உணவகங்கள் வாங்கின. இன்று உலகத்தின் மூலை முடுக்கெல்லாம் கெண்டக்கி இல்லாமல் இல்லை என்பதே என் வெற்றிக்கு அடையாளம். கர்னல் சாண்டர்ஸ் என்ற என் பெயர் ஞாபகம் இருக்குமோ இல்லையோ கே.எஃப்.சி. *(KFC)* என்றைக்கும் உங்களைச் சப்புக்கொட்ட வைக்கும்.

கர்னல் சாண்டர்ஸ்

25. என் காதுகளுக்கு இசை தெரியாது

அப்பாவிடம் நான் அடிவாங்காத நாள் என்ற ஒன்று என் வாழ்நாளில் இருக்கவில்லை. வெறும் கண்டிப்பு அல்ல அது.... அதீதக் கண்டிப்பு. அது என்னைச் சோர்வடையச் செய்தது. அப்பாவாக மட்டும் இருந்திருந்தால் ஒருவேளை தப்பித்து இருக்கலாம். என் இசையின் முதல் ஆசானும் அவர்தான்.

கற்றுக் கொடுக்க வேண்டும் என்று முடிவெடுத்துவிட்டால் இரவு பகல் எதுவும் அவர் கணக்கில் இருந்ததில்லை. எங்கள் ஊர் சபையில் பாடகனாக இருந்தார். காலையில் இசை என்றால் மாலையில் குடி. குடித்துவிட்டால் கண்டிப்பாக என்னை அடிக்க வேண்டும். அவர் செய்த ஒரே பெருஞ்செயல், எனக்கு இசை வரும் என்று நம்பியதுதான்.

அப்பா, தாத்தா அனைவரும் இசைக் கலைஞர்கள். அப்படித்தான் நானும் என்று நம்பத் தொடங்கினேன். என் நம்பிக்கைக்குப் பியானோவும் கை கொடுத்தது. பியானோவில் கை பழகிய பின்னர் வயலின் கற்றேன். ஜெர்மனியில் உள்ள பான் (bonn) நகரில் இருந்த அனைத்து இசை மேதைகளிடமும் இசையைக் கற்றேன்.

என்னோடு சேர்ந்து இசையும் வளர்ந்தது. எட்டு வயதில் மக்கள் முன் பியானோவை இசைத்துக் காட்டினேன். ஆனால்

யாரும் பெரிதாகக் கொண்டாடவில்லை. பொடியன் என்று நினைத்திருக்கலாம் அல்லது நிஜமாகவே நான் சரியாக இசைக்காமலிருந்திருக்கலாம். ஆனால் பன்னிரண்டாவது வயதில் இசை நோட்டுகள் எழுத முடிந்தது. சொந்தமாக நானே இசை அமைக்கும் அளவு முன்னேறி இருந்தேன்.

அப்பாவும் மிகச் சிறந்த குடிகாரனாக மாறி இருந்தார். எனக்கு இசை ஞானம் துளித்துளியாகக் கூடிக் கொண்டு செல்லச் செல்ல அப்பாவின் குரல்வளம் சுத்தமாகக் கெட்டுப் போனது. அதற்குக் காரணம் மது. அம்மா, இரண்டு தம்பிகள் என்ற எனது குடும்பத்தைப் பார்த்துக் கொள்ளும் பொறுப்பு என் குரலில் விழுந்தது.

அப்பா வேலை செய்த அதே சபையில் எனக்கும் ஒரு வேலை கிடைத்துவிட்டது. பொடியனுக்கு இல்லை என்று சொல்லவில்லை. காரணம் இசையின் மேல் எனக்கு மட்டும் அல்ல அவர்களுக்கும் இருந்த காதல். சபையின் அமைப்பாளர் கிறிஸ்டியன் நீஃப், என்னை வியன்னாவிற்கு அனுப்பினார்.

அது இசைக்குப் பெயர் போன நகரம். இசை மேதை மோசாட்டிடம் இசை கற்க வேண்டும் என்பதுதான் அவா. கச்சேரிகளில் நான் பியானோ வாசிப்பது அதிகரித்தது. அவ்வப்போது இசையமைக்கவும் செய்தேன்.

என் பெருங்கனவு நிறைவேற ஆரம்பித்திருந்தது. "பீத்தோ, நீ சிறப்பாக வாசிக்கிறாய். தொடர்ந்து செய்" என்று மோசாட் சொன்ன வார்த்தைகள் என்னை இசைப்பித்து நிலைக்குக் கொண்டு சென்றது. அவரோடு சேர்ந்தும் வேலை செய்ய வாய்ப்புகள் கிடைக்க ஆரம்பித்திருந்தன. அப்போதுதான் என் விதி விளையாட ஆரம்பித்தது.

அம்மாவின் உடல் நிலை சரியில்லாமல் போனது. அப்பாவிற்கு எதிர்மறையானவள் அம்மா. என் உற்ற தோழி, என் வாழ்க்கையின் ஆகச்சிறந்த வரம் என்று நான் சொல்லிக் கொண்டே போகலாம். அவள் மரணம் என்னை வியன்னாவை விட்டு ஊர் திரும்பச் செய்தது. அம்மாவை இழந்த வலியும், மோசாட்டிடம் வேலை செய்யும் வாய்ப்பும் ஒரே சமயத்தில் என் உலகை வேறு வேறு நிலைக்கு நகர்த்தின.

மூன்று நான்கு வருடங்கள் தம்பிகளைப் பார்த்துக்கொண்டு, குடும்பத்தை நிர்வகிப்பது, இசை அமைப்பது என்று போயின. அதன் பிறகு இசை மேதை ஜோசப் ஹெய்டன் என்னை வியன்னாவிற்குத் திரும்ப அழைத்தார். அப்போது, மோசாட் இறந்திருந்தார்.

ஹெய்டனின் அழைப்பை ஏற்று வியன்னாவிற்குச் சென்றேன். அப்போது எனக்கு இருபது வயதிருக்கும். சொந்தமாக எந்த வேலையும் செய்யவில்லை. கச்சேரிகள், செல்வந்தர் குழந்தைகளுக்கு இசை கற்றுக் கொடுப்பது என்று நாள்கள் கடந்துகொண்டிருந்தன. மிச்ச நேரத்தில் இசை அமைத்துக் கொண்டிருந்தேன். அநேகமாக அப்போது இசையின் ஃப்ரீலேன்சராக நான் மட்டுமே இருந்தேன்.

இருபத்தாறு வயதிருக்கும், மற்றவர்கள் பேசுவது மட்டுமல்ல... என்னுடைய இசையும் கூட சன்னமாகக் கேட்க ஆரம்பித்தது. அது என்னைக் கலவரப்படுத்தியது. இசைக் கலைஞனுக்குக் காதுகள் இல்லை என்றால்? அவன் இசையை யார் கேட்பார்கள் என்று பயந்தேன். அதற்கான எந்தத் தீர்வும் அப்போது கிடைக்கவில்லை. பெரும் போராட்டம் எனக்குள் நடக்க ஆரம்பித்திருந்தது. ஒரு புயல் என்னை நிரந்தரமாக ஆட்கொள்ள ஆரம்பித்த காலம் அது.

இசையை ஒருநாளும் நான் நிறுத்தவில்லை. காதுகளின் திறன் குறையக் குறைய என் விரல்கள் இசையைக் கேட்க ஆரம்பித்திருந்தன. என் மூளையில் உள்ள இசையை மிகச் சரியாக அச்சு பிசகாமல் அதை இசைக் கருவிகளிடம் கடத்தும் வேலையை விரல்கள் சிறப்பாகவே செய்கின்றன என்கிற ஆறுதல் மட்டுமே என் பிடிப்பு.

பல முறை தற்கொலை செய்து கொள்ள முயற்சி செய்து தோற்றேன். காரணம் ஒன்றே ஒன்று தான், எனக்குள் இருக்கும் இசை தீரும் வரை வாழ்ந்தே ஆக வேண்டும் என்ற வரமோ சாபமோ ஏதோ ஒன்று என்னைத் தடுத்துவிட்டது.

இதிலிருந்தெல்லாம் என்னை மீட்டெடுக்க, சிம்பொனி 2, 3, 4 ஐ வாசித்தேன். ஒரு கட்டத்தில் ஒரு துளி இசையும் என் காதுகளுக்குக் கேட்காத போது மேலும் பல சொன்னட்களும் சிம்பொனிகளும் ஊற்று போல் மனத்தில் எழுந்தன. ஒன்று விடாமல் மனத்தில் எழும் ஒவ்வொரு நோட்ஸையும் வாசித்தேன்.

மக்கள் கொண்டாடினார்கள். கையளவு நண்பர்களை மட்டுமே அருகில் வைத்துக் கொண்டேன். என் காதை பற்றிய ரகசியம் அவர்களுக்கு மட்டுமே தெரிந்திருந்தது. மக்களிடம் சொல்லும் அளவு அப்போது மனத் துணிவு இல்லை.

பேச்சை நான் குறைக்கவில்லை, தானாகக் குறைய ஆரம்பித்தது. மக்கள் என்னிடம் வந்து பேசும்போது அவர்களிடம் கத்தித் துரத்தி இருக்கிறேன். அதற்கெல்லாம் காரணம் என் இயலாமைதான். வேறென்ன செய்ய முடியும்?

இசை என்னுள் இருக்கும் வரை வாழ வேண்டுமே. ஒரு நாளையும் வீணாக்காமல் வாசித்தேன். என் காதுகளுக்குக் கேட்கவில்லை என்றால் என்ன? நீங்கள் இன்று வரை பீத்தோவன் சிம்பொனியை கேட்டு மகிழ்கிறீர்கள் அல்லவா? அது தான் என் வெற்றி.

பீத்தோவன்

26. திகில் கதைகளின் ஹீரோ

அனைவருக்கும் சிறந்தவர்களாக அம்மா அப்பா கிடைத்து விடுவதில்லை. எனக்கும் அப்படித்தான். இரண்டு வயது இருக்கும்போதே அப்பா, என்னை, அம்மாவை, அண்ணனை விட்டுச் சென்றுவிட்டார். எங்கு சென்றார்? என்ன ஆனார்? என்பது தெரியாது. ஆனால் போனவர் எனக்கு மட்டும் நல்லது செய்துவிட்டுப் போயிருந்தார். அதுவும் அவருக்குத் தெரியாமலேயே.

ஆமாம் ஒரு பெட்டி நிறையப் புத்தகங்களை விட்டுச் சென்றிருந்தார். எங்கள் பசியைப் போக்க அம்மா கிடைத்த வேலைகளைச் செய்து வந்தார். விளையாடப் பொம்மை எல்லாம் கிடையாது. அந்தப் பெட்டியைத் திறந்து புத்தகங்களை அவ்வப்போது எடுத்துப் பார்ப்பேன். நான் வளர வளர அந்தப் பெட்டி எனக்கு மிகவும் நெருக்கமாக மாறியது.

அம்மா வேலையைவிட்டு வரும் வரை புத்தகங்கள் மட்டுமே துணையாகிப் போயின. வாசிப்பின் பழக்கம் என்னைக் கதை எழுத வைத்தது. பன்னிரண்டு வயதில் பள்ளி மாத இதழில் என் கதைகள் வெளிவந்தன. வாசிப்பு எப்படித் துணையோ அப்படியே படங்களும். அதுவும் பேய்ப் படங்கள், சயன்ஸ் ஃபிக்சன் படங்கள் மட்டுமே என் பட்டியலில் இருக்கும். பள்ளிப் படிப்பு முடிந்து கல்லூரிக்குச் சென்றேன்.

இலக்கியம் படிக்கச் சென்றேன். என் காதல் மனைவியை அங்கு தான் பார்த்தேன். இருவரும் சேர்ந்து படித்து முடித்தோம். திருமணமும் செய்து கொண்டோம். அதுவல்ல விஷயம். என் குடும்பம் பெரிதாக ஆரம்பித்தது. என் குடும்பத்தைப் பார்த்துக் கொள்ளப் பணம் தேவை. என் படிப்பிற்குச் சட்டென்று கிடைத்த வேலை ஆசிரியர் பணி. ஆனால் அதிலிருந்து வரும் வருமானம் மட்டும் போதவில்லை.

பள்ளி முடிந்து வீட்டுக்கு வந்த பின்னர் என்ன வேலை கிடைக்கிறதோ அதையெல்லாம் செய்ய ஆரம்பித்தேன். சலவை அறையில் வேலை பார்த்தேன். கையில் சிறிது பணம் கிடைத்தது. குழந்தைகள் தேவைக்குப் போதுமானதாக இருந்தது. ஆனால் மனம் மட்டும் கதைகளில் உழன்று கொண்டிருந்தது. எழுத வேண்டும், எழுத மட்டுமே வேண்டும் என்று முடிவு செய்தேன். ஆனால் வேலையை விட முடியவில்லை. என் மனைவி டோனட்ஸ் கடைக்கு வேலைக்குச் செல்ல ஆரம்பித்தார். என்னிடம் அப்போது தட்டச்சு இயந்திரம் கிடையாது. வாங்குவதற்கான வசதியும் இல்லை. ஆனால் மனைவியிடம் இருந்த தட்டச்சு இயந்திரத்தை வாங்கிக் கொண்டேன். கதைகளை எழுத ஆரம்பித்தேன்.

சிலர் வாங்கிப் பிரசுரம் செய்தார்கள். பணம் என்ற பேச்சுக்கே இடம் இல்லை என்று தெரிந்தது. சிலர் இவர்களைவிடச் சிறிது நல்லவர்களாக இருந்தார்கள். இரண்டு மூன்று பிரதியை எனக்காகக் கொடுத்து விட்டுச் சென்றார்கள். ஆக மொத்தத்தில் என் கனவு என்னை வறுமையை நோக்கி இழுத்துச் சென்றது.

ஒரு நாவலை எழுத வேண்டும் என்ற எண்ணம் உதித்தது. மனைவியும் எழுதுங்கள், நான் இருக்கிறேன் என்றார். ஒவ்வொரு நாளும் பள்ளி முடிந்து வந்த பின்னர் எழுத உட்காருவேன். என் உலகம் குடும்பத்தை விட்டு வெகு தூரத்திற்கு விலகி இருந்தது. ஒரு நீண்ட தவத்தை முடித்த நிறைவு அந்த நாவலை முடித்த போது இருந்தது. பதிப்பாளர்களுக்கு என் நாவலை அனுப்பி வைத்தேன்.

சொல்லி வைத்தது போல் அனைவரும், "இது நாவலா? இதை யாரும் படிக்க மாட்டார்கள்" என்றார்கள். வரும் ஒவ்வொரு நிராகரிப்பையும் என் அறையில் இருக்கும் பலகையில் ஒட்டி வைத்தேன். ஒரு கட்டத்தில் இடம் இல்லாமல் போனது. எண்ணிப்

பார்த்தால் முப்பது பேர், “உன் நாவல் சரி இல்லை” என்று சொல்லி இருந்தது தெரிந்தது. குடித்தால் மறந்து போவேன் என்று நினைத்தேன். தோல்வியின் வலியானது போதையைக் கூட ஒன்றுமில்லாமல் செய்தது.

போதும் இனி எழுத்தும் வேண்டாம் ஒன்றும் வேண்டாம். குழந்தைகளுக்குச் செய்ய வேண்டியவற்றைப் பற்றி யோசிக்கலாம். அதற்காக என்ன செய்ய வேண்டும் என்று மட்டும் பேசலாம் என்று முடிவெடுத்தேன்.

எழுதி முடித்த நாவலைக் குப்பைத் தொட்டியில் போட்டு விட்டேன். வேறு எப்படி அதிலிருந்து மீள்வது என்று எனக்குத் தெரியவில்லை.

அறைக்கு வந்த என் மனைவி, குப்பையில் இருக்கும் என் நாவலை எடுத்துச் சரி செய்தாள். “எனக்காக இன்னொரு முறை இதைச் சரி பார்த்துவிட்டு வேறு பதிப்பாளருக்கு அனுப்புங்கள்” என்று மீண்டும் என் மனத்தில் அந்நாவலை வைத்து விட்டுச் சென்றாள்.

அவளுக்காக மட்டுமே அதைச் சரி செய்தேன். முப்பத்து ஒன்றாவது பதிப்பகத்துக்கு “கேரி” (Carrie) அனுப்பி வைத்தேன். அவர்கள் மிகச் சின்ன பதிப்பகம். அவர்களும் நிராகரிக்கத்தான் போகிறார்கள் என்று நினைத்ததனால் அவர்களின் பதிலுக்குக் கூட காத்திருக்கவில்லை.

சிறிது நாள்களுக்குப் பிறகு பதிப்பாளரிடமிருந்து அழைப்பு வந்தது. இரண்டாயிரத்து ஐந்நூறு டாலர் முன் பணமாகக் கொடுக்கிறோம் என்றார்கள். பெரிய பணம் இல்லை என்றாலும் அப்போதைக்கு என் குடும்பத்தின் வறுமைக்கு அது பெரும் பணமாக இருந்தது.

முதல் பதிப்பு வெளி வந்து மில்லியன் பிரதிகள் விற்றுத் தீர்ந்தன. ஆசிரியர் பணிக்கு முழுக்குப் போட்டேன். தோல்விகள் கொடுத்த குடிப்பழக்கத்திலிருந்து மீண்டு வந்தேன். எழுத மட்டுமே செய்தேன். ஒவ்வொரு நாளும் எழுதினேன். வார இறுதி என்று விடுப்பு எடுத்துக் கொண்டதில்லை. வருடத்தில் இரண்டு மூன்று நாள்கள் மட்டும் எழுதவில்லை. அதுவும் பிறந்தநாள், கிறிஸ்துமஸ் என்று குடும்பஸ்தனாக இருக்க வேண்டிய நாள்கள் மட்டும்.

அதற்குப் பின்னர் நான் எழுதிய ஒவ்வொரு எழுத்தையும்

வாசகர்கள் கொண்டாடினார்கள். ஒரே வருடத்தில் எனது மூன்று நான்கு புத்தகங்கள் நியூயார்க் பெஸ்ட் செல்லர் பட்டியலில் இடம் பிடித்தன.

1999-ஆம் ஆண்டு எனது ஐம்பத்திரண்டாவது வயதில் விபத்து நடந்தது. நடந்த விபத்தில் நுரையீரல், இடுப்பெலும்பு, கால் முறிவு என்று படுத்த படுக்கையாகிப் போனேன். மீண்டு வந்தேன். அப்பொழுதும் எழுதுவது நிற்கவில்லை. என்ன ஒரு வித்தியாசம் என்றால், இரண்டாயிரம் வார்த்தைகள் எழுதிய கைகளுக்கு ஆயிரம் எழுத வசதியாக இருந்தது.

"இருபது மணி நேரம் மற்றவர்களைப் போல் வாழ்கிறேன். ஆனால் அந்த நான்கு மணிநேரம் மட்டும் எனக்கானது என் எழுத்துக்கானது. அது என்னை இப்பொழுதும் பரவசப்படுத்திக் கொண்டிருக்கிறது"

இன்றும் எழுத்து உலகின் ஹாரர் நாயகன் ஸ்டீபன் கிங் என்று மக்கள் என்னைக் கொண்டாடுகிறார்கள்.

ஸ்டீபன் கிங்

27. கூடைப் பந்துத் தலைவன்

தோல்விகளை மட்டுமே அதிகமாகச் சந்தித்தவர்கள் என்று ஒரு பட்டியல் தயாரித்தால், முதல் பெயர் என்னுடையதாக இருக்கும். தோல்விகள் மட்டுமே என்னை உருவாக்கியுள்ளன. சிறு வயது முதல் அதற்கு என்னை நான் பழக்கி இருந்தேன் என்று சொன்னால் நம்புவீர்களா?

ஏழைமையான குடும்பம் என்றாலும் அண்ணனோடு கூடைப் பந்து விளையாடி கஷ்டங்களைக் கடந்தேன். எல்லோருக்கும் ஒரு வடிகால் இருப்பது போல் எனக்குக் கூடைப்பந்து இருந்தது. அப்பாவும் என்னை உற்சாகப்படுத்தினார். அவருக்கு என் மேல் எப்போதும் ஒரு நம்பிக்கை இருந்தது. இது போதாதா என்னைக் கூடைப்பந்துக்கு ஒப்புவிக்க?

பள்ளிக்குச் செல்லும்முன், பள்ளியில் இருக்கும்போது, பள்ளியிலிருந்து வந்த பின்னர் இப்படி மூன்று வேளையும் நானும் என் கூடைப்பந்தும் சேர்ந்தே இருந்தோம். பள்ளியிலிருந்து ஒரு கூடைப்பந்தாட்டக் குழுவைத் தேர்வு செய்தார்கள். நான் ஆவலாகக் காத்துக் கொண்டிருந்தேன். என் பெயர் இல்லாமல் எப்படி? நான் இல்லாமல் கூடைப்பந்தை யாரும் விளையாட மாட்டார்கள் என்று எனக்கு நன்றாகத் தெரியும்.

மறுநாள் பள்ளியின் அறிவிப்புப் பலகையில் குழுவில் விளையாடப்

போகும் மாணவர்களின் பெயர் வந்திருந்தது. என் பெயர் இல்லை. பயிற்சியாளரிடம் சென்று, "சார் என் பெயர் மட்டும் விடுபட்டு போயிருக்கு, தவறுதலாக அச்சாகாமல் இருக்கும், கொஞ்சம் என்னன்னு பாருங்க" என்றேன்.

"மைக், நீ உயரமாக இல்லை என்று தகுதி நீக்கம் செய்து விட்டார்கள். அதை விடு... நான் உன்னை ஜூனியர் குழுவில் போடுகிறேன். விளையாடு" என்றார்.

என்னால் அந்த நிராகரிப்பை ஏற்றுக் கொள்ள முடியவில்லை. பள்ளியில் சிறப்பாக விளையாடும் என்னை எப்படி நிராகரிக்க முடியும்? என்று எனக்குப் புரியவில்லை. பதினைந்து வயது மனத்திற்கு இது பெரும் வலியாகிப் போனது. வீட்டிற்குச் சென்று கதவை மூடிக் கொண்டு அழுதேன். வானம் இரண்டாக என் தலையில் விழுந்தது போல் இருந்தது. ஜூனியர் குழுவில் விளையாடினால் என்னால் விளையாடவாவது முடியும் என்று பயிற்சியாளர் எண்ணியது சரி என்று அம்மா என்னைச் சமாதானப்படுத்தினார். நிராகரிப்புகளை, வலிகளை பயிற்சிக்கு உரமாக மாற்றினேன்.

என்ன செய்தால் நான் உயரமாவேன் என்று தேடித் தேடி உடற்பயிற்சிகள் செய்தேன். தசை வலி என்னைப் படுத்தும் போது, அந்தப் பெயர்ப் பலகையை ஞாபகப்படுத்திக்கொள்வேன். வலிகளைத் தாங்கும் வலிமை கிடைத்துவிடும்.

மறுவருடம் நடந்த குழுத்தேர்வின் போது என் உயரம் அதிகரித்திருந்தது. என் உழைப்பைப் பார்த்து பயிற்சியாளர் முதற்கொண்டு அனைவரும் ஆச்சரியமானார்கள். அந்தப் போட்டியில் சிறப்பாக விளையாடி அதிகமான புள்ளிகள் எடுத்தேன். தொடர்ந்து நான் சிறப்பாக விளையாடினேன். அதனால் வடக்கு கரோலினா கல்லூரியில் படிக்கும் வாய்ப்புக் கிடைத்தது. கல்லூரியிலும் சிறப்பாக விளையாடினேன். அதன் விளைவு என்னை சிக்காகோ புல்ஸ் அணியில் விளையாடத் தேர்வு செய்தது.

வாழ்க்கை என்னை உச்சத்திற்குக் கொண்டு சென்றது. கூடைப் பந்தில் வெகு சீக்கிரம் என் பெயரைப் பதித்துவிட்டேன் என்றிருந்தேன். மூன்றாவது முறை விளையாடும் ஆட்டத்தில்

காலில் அடிபட்டு அறுவை சிகிச்சை வரை சென்றது. அதனால் ஒன்றிரண்டு அல்ல.... பல வாய்ப்புகளை இழந்தேன்.

மீண்டும் விளையாடினேன். ஒரு முறை ஜெயிக்க வேண்டும் என்றால் மூன்று முறை தோற்றேன். என் விளையாட்டு வாழ்க்கையில் மொத்தம் முந்நூறு விளையாட்டுகளில் தோற்றுப் போனேன் என்றால் நம்புவீர்களா?

சில ஆட்டங்களில் எப்படியும் நான் கூடைக்குள் பந்தைப் போட்டுவிடுவேன் என்று ஆவலாக அனைவரும் பார்க்கும் போது கை தவறிப் போய் இருக்கிறது. என் அணி தோற்றுவிடும். இருபத்தி ஆறு முறை கவனக்குறைவால் புள்ளிகளை இழந்துள்ளேன். ஒவ்வொன்றாக எண்ணிப் பார்த்தால் ஒன்பதாயிரம் முறை நான் சிறப்பாக ஆடத் தவறி உள்ளேன். இத்தனையும் பார்த்த பின்புதான் என் வெற்றிகள் அங்கொன்றும் இங்கொன்றுமாக வர ஆரம்பித்தன.

அப்பாவை யாரோ கொலை செய்துவிட்டபோது நான் உடைந்து போனேன். என் உலகம் இருண்டு போனது. இனி நான் விளையாடப் போவதில்லை என்று அறிவித்தேன். கூடைப் பந்து எனக்குத் திடீரென்று பாரமாகிப் போயிருந்தது. என் மனம் வேறு விளையாட்டில் சென்றது. சிறிது காலம் வலிகள் எல்லாம் வடிந்த பின்னர் அப்பாவின் கனவு, எண்ணம் எல்லாம் நான் சிறந்த கூடைப்பந்து வீரராக வரவேண்டும் என்பது ஞாபகத்துக்கு வந்தது. கூடைப்பந்தை மீண்டும் கையில் எடுத்தேன். விளையாடினேன். சிறப்பாகவே விளையாட முடிந்தது.

இப்படிக் கூடைப்பந்துடன் உள்ளே வெளியே என்று பல முறை சூழல்கள் வந்துள்ளன. ஒரு கட்டத்தில் என்.பி.ஏ.வின் பொறுப்பு என்னிடம் வந்தது. நான் வாங்க வேண்டிய சூழல் வந்தது. இனி நான் ஆடப்போவதில்லை. இளைஞர்களைக் கூடைப் பந்து விளையாடத் தயார் செய்யப் போகிறேன் என்று முடிவு செய்தேன். கூடைப்பந்துக்குப் பெயர் போன என்.பி.ஏ அணி 2011 முதல் 2012 வரை ஏழு வெற்றிகளையும் ஐம்பத்து ஒன்பது தோல்விகளையும் பெற்றது.

பணத்தைச் செலவு செய்தேன். பயிற்சியாளரை மாற்றினேன். அவர்கள் சிறப்பாக விளையாட எல்லாம் வசதியையும் செய்து

கொடுத்தேன். தோற்றார்கள், தோற்பதை மட்டுமே செய்தார்கள். அவர்கள் தோல்விகள் என்னுடைய இழப்பும் கூட. பெயரை மாற்றினேன். களத்தில் இறங்கினேன் அவர்களுக்கு விளையாட்டு முதல் சகல விஷயங்களிலும் துணையாக நின்றேன்.

சிறிது சிறிதாகப் போட்ட முதலீட்டுக்கும் உழைப்புக்கும் பலன் கிடைத்தது. கூடைப் பந்து விளையாட்டு என்றால் மைக்கல் ஜோர்டான் என்று பெயரை அழுத்திச் சொல்லும் அளவிற்கு வளர்ந்தேன். அது முழுக்க தோல்விகள் கற்றுக் கொடுத்த பாடங்களால் மட்டுமே சாத்தியமானது.

மைக்கல் ஜோர்டான்

28. காஃபி ராணி

அந்த நாள் என் வாழ்க்கையின் மிக மோசமான நாளாக இருந்தது. அதுகாறும் என் அன்புக் கணவனின் தொழிலில் எல்லாக் கட்டங்களிலும் அவரை வியந்து பார்த்திருக்கிறேன். வெற்றி தோல்வி இரண்டும் மாறி மாறி வருவதுதானே வாழ்க்கை. அதை அவர் சரியாகப் புரிந்து கொண்டு கனவுகளை விடாமல் துரத்திக் கொண்டு சென்றார். அந்த ஓட்டத்தில் கடன் வாங்குவதும் பழகிப் போயிருந்தது. கடனைக்கூடச் சமாளித்துவிடலாம், அவர் சமாளித்தும் இருப்பார். ஆனால் நடந்தது வேறு.

கடனைச் சமாளித்தவருக்கு, அவமரியாதையைச் சமாளிக்க முடியவில்லை. வெளியே சென்றவர் ஆற்றில் விழுந்து தற்கொலை செய்து கொண்டார். அந்தச் செய்தி இடியைப் போல் என் மீது வந்து இறங்கியது. என்னோடு சேர்ந்து அவர் ஆசையாக வளர்த்து வந்த கஃபே காஃபி டேயும் ஸ்தம்பித்துப் போனது. அவர் விட்டுச் சென்றதை நான் மீட்க வேண்டும். எங்கிருந்து ஆரம்பிப்பேன்? அவரை இழந்த வலி ஒரு புறம். இன்னொரு புறம் ஏழாயிரம் கோடி கடன். தூரத்திலிருந்து மட்டுமே அவர் செய்யும் தொழிலைக் கவனித்து வந்திருக்கிறேன். அதற்குள் என்னவெல்லாம் நடந்து விட்டன? இனி எப்படித் தொழிலைத் தொடர்ந்து நடத்துவது என்று ஒன்றும் புரியவில்லை. ஒன்று மட்டும் மனத்தில் அசரீரியாக

ஒலித்தது அவர் ஆரம்பித்த எதையும் முடிய விடக் கூடாது. அதுமட்டும் தீர்க்கமாக என்னுள் இருந்தது.

அவர் சடலத்தை ஆற்றிலிருந்து மீட்டுக் கொண்டு வரும்முன் சில முக்கிய முடிவுகளை எடுக்கக் காலம் என்னைக் கட்டாயப்படுத்தி இருந்தது. கஃபே காஃபி டேவின் பொறுப்பை ஏற்றேன். முதலில் செய்த வேலை, இருபத்தி ஐந்தாயிரம் தொழிலாளிகளுக்கு ஒரு கடிதம் எழுதினேன். "என் கணவனின் இடத்திற்கு நான் வருகிறேன். அவர் விட்டுச் சென்ற இடத்திலிருந்து என்னால் முடிந்த அளவு உங்களுக்காகவும் இந்த நிறுவனத்திற்காகவும் அதன் எதிர்காலத்திற்காகவும் என் வாழ்க்கையை ஒப்புவிப்பேன்- இப்படிக்கு மாளவிகா சித்தார்த்தா".

ஒரு குடும்பம் என்றால் என்ன? இருபத்தி ஐந்தாயிரம் குடும்பங்கள் என்றால் என்ன? அவர்கள் வாழ்வாதாரத்தைப் பாதுகாக்க வேண்டும் அல்லவா. எல்லாம் சரி, ஏழாயிரம் கோடி என்ற எண்ணை நினைக்கவே மலைப்பாக இருந்தது. இருந்த அசையாச் சொத்துகளை முதலில் விற்றேன். எனக்கு வேண்டியதெல்லாம் அந்த எண் குறைய வேண்டும். பூஜ்ஜியத்திலிருந்து அல்ல, எதிர்ம எண்களிலிருந்து தான் தொடங்க வேண்டி இருந்தது.

வங்கிகளிடம் பேசினேன். கடனைத் திருப்பிக் கொடுப்பதற்கான வழிகளை நான் பார்த்துக் கொள்கிறேன் என்றேன். பேசினால் விடுவார்களா? விற்ற பணத்தைச் சிறிது செலுத்தி அவர்கள் நம்பிக்கையைப் பெற்றேன். புதிய முதலீட்டாளர்களைக் கொண்டு வந்தேன். இதை எல்லாம் செய்யச் சிறிது காலம் எடுத்தது. உங்களிடம் சொல்வது போல் எதுவும் அடுத்தடுத்து நடக்கவில்லை. கணவனை இழந்த அந்த வலி, அவர் பெயரை மீட்க வேண்டும் எனும் உத்வேகமாக மாறியிருந்தது. அடுத்து என்ன என்று, எப்போதும் யோசித்துக் கொண்டே இருந்தேன்.

நஷ்டத்தில் போகும் சில கடைகளை மூட வேண்டும் என்று முடிவெடுத்தேன். அந்த முடிவு சில குடும்பங்களைப் பாதிக்கும் என்று தெரியும். ஆகையால் கொஞ்சம் தயங்கினேன். இதைச் செய்யவில்லை என்றால் மொத்தமாக எல்லாருடைய குடும்பங்களும் தத்தளிக்கும் என்று தோன்றியது. ஆயிரம்

கடைகளை ஐந்நூறு கடைகளாகக் குறைத்தேன். சரியாகக் காஃபி எந்திரம் போகாத இடங்களிலிருந்து அதை எடுத்தேன். சுருக்கமாகச் சொல்வதென்றால் செலவுகளைக் குறைக்க நினைத்தேன். ஆனால் காஃபியின் விலையை ஏற்றாமல் மற்ற மாற்றங்களைச் செய்தேன்.

இதனால் ஏழு கோடி மேலும் குறைய ஆரம்பித்தது. மைண்ட் ட்ரீ, ஸ்ரீராம் க்ரெடிட் நிறுவனம், மற்றும் சில முதலீட்டாளர்கள் கரம் நீட்டினார்கள். உதவி என்பதை விட தொழில் சார்ந்த ஒப்பந்தங்கள் மூலம் பணம் வர ஆரம்பித்தது. டிசம்பர் 2020-ஆம் ஆண்டு ஏழாயிரமாய் இருந்த கடன் மூவாயிரத்தோரு கோடியாக மார்ச் 2021-ஆம் ஆண்டு குறைந்தது.

கோவிட் தொற்றிலும் நினைத்த மாதிரி கடனிலிருந்து கொஞ்சம் கொஞ்சமாக மீள ஆரம்பித்தேன். பட்டுப்போன நிறுவனம் துளிர்க்க ஆரம்பித்துவிடும் என்ற நம்பிக்கை வந்தது.

இதை மட்டுமே நம்பினால் போதாது, வேறு என்ன? என்று யோசிக்கும் போது, என் கணவர் சித்தார்த்தாவின் அரபிக் காஃபி கொட்டைகளின் ஏற்றுமதியைச் சிறப்பாகச் செய்யலாம் என்ற யோசனை வந்தது. மத்தியக் கிழக்கு நாடுகளுக்கு எங்கள் காஃபிக் கொட்டைகள் சென்றன. வருமானம் வர ஆரம்பித்தது.

கடன் மேலும் குறைந்து ஆயிரத்து எழுநூறு கோடியானது. சரியான பாதையில் சென்று கொண்டிருக்கிறேன் என்ற நம்பிக்கை மேலும் என்னை உற்சாகப்படுத்தியது. நினைத்துப் பார்க்காத பல சம்பவங்கள் வாழ்க்கையைப் புரட்டிப் போட்டன. இருப்பினும் சித்தார்த்தா ஆரம்பித்து ஆட்சி செய்த காஃபித் தொழிலை நான் வெற்றிகரமாய் தொடர்ந்துகொண்டிருக்கிறேன்.

2024-ஆம் ஆண்டு கடன்களிலிருந்து விடுபட்டு, இன்று பங்குச் சந்தைகளில் எங்கள் பங்குகள் சரிவிலிருந்து மீண்டு ஏற்றத்துடன் விற்கின்றன. ஒவ்வொரு நாளும் ஐந்நூறு கடைகளில் இருபதாயிரம் ரூபாய்க்கு வியாபாரம் நடக்கிறது. லாபம் நோக்கி நிறுவனம் நகர்ந்து கொண்டிருக்கிறது.

ஒரு நிறுவனம் மட்டும் பாதாளத்திலிருந்து எழவில்லை, என் உழைப்பும் பொறுப்புகளும் என்னையும் மீட்டெடுத்துள்ளன.

எக்காரணத்தைக் கொண்டும் தோல்விகளுக்கும், துன்பங்களுக்கும் உங்கள் வாழ்க்கையைத் தொலைத்து விடாதீர்கள். என்ன நடந்தாலும் மீண்டு வரும்போது நாம் சக்திமான்களாக மாறிவிடுவதை உணர்வீர்கள்.

மாளவிகா சித்தார்த்தா

29. நடனத்திற்குக் கால்கள் அவசியமில்லை

நடக்க ஆரம்பித்தேனா? அல்லது நடனம் ஆடுகிறேனா? என்ற சந்தேகம் மூன்று வயதில் என்னைப் பார்த்தவர்களுக்கு வந்தது. என் பெற்றோர் நான் நடனத்துக்காகவே பிறந்தவள் என்று நம்பினார்கள். நடனத்துக்குப் பெயர் பெற்ற கலா சதான் பள்ளியில் என்னைச் சேர்த்துவிட அப்பா முயற்சி செய்தார். "இன்னும் கொஞ்சம் வளரட்டுமே" என்று என் கன்னத்தைக் கிள்ளி வீட்டுக்கு அனுப்பினார்கள்.

எல்.கே.ஜி. படிக்க பள்ளிக்குப் போனதெல்லாம் ஞாபகம் இல்லை. தாளத்திற்கு ஏற்ப என் கால்கள் நடனமாடக் கற்றுக் கொண்டது என்றும் பசுமையான நினைவு. பள்ளிப் படிப்பு, கல்லூரி என்று அது ஒருபுறம் போய்க் கொண்டிருந்தது. பதினேழு வயதிற்குள் எழுபத்தைந்து முறை மேடையேறி நடனம் ஆடி இருந்தேன். என் கனவு நினைவு எல்லாம் நடனம் மட்டுமே.

ஒரு பயணம் என் வாழ்க்கையைப் புரட்டிப் போட்டது. எல்லாம் கண் இமைக்கும் நேரத்திற்குள் நடந்து முடிந்திருந்தது. தேதிகூட ஞாபகம் இருக்கிறது. மே இரண்டு 1981-ஆம் ஆண்டு அது நடந்தது. நான் பயணம் செய்த பேருந்து ஒரு ட்ரக் உடன் மோதியது. எப்படியாவது நான் பிழைத்துக் கொள்ள வேண்டும் என்று நினைத்து அங்கிருந்து நகர முயற்சி செய்தேன். கை,

தலை உடம்பு எல்லாம் சரியாக இருந்தது. வலது கால் மட்டும் விபத்தில் மாட்டிக் கொண்டது. மாட்டிக் கொண்டது என்று சொல்வதை விட என் எலும்பு, தசை, நரம்புகள் அனைத்தும் சேர்ந்து நொறுங்கிப் போயிருந்தன.

மருத்துவமனைக்குச் சென்றவுடன் அவசர அவசரமாகச் சிகிச்சை அளித்தார்கள். அவர்கள் என்னைக் குணமாக்கிவிடுவார்கள் என்று நம்பினேன். ஆனால் அவர்கள் அவசரம் என் காலை காவு வாங்கிக் கொண்டது. மருத்துவரின் கவனக் குறைவுக்கு நான் பலியானேன். கை போயிருந்தாலும் சமாளித்திருப்பேன், ஆனால் என் கால் போய் விட்டது.

என் கனவு சிதைந்து போன பின்னர் வாழ என்ன இருக்கிறது என்று தோன்றியது. வலியிலிருந்தும் துரதிர்ஷடத்திலிருந்தும் அழுகை என்னை மீட்குமா? போதும், இனி வாழ பிடிப்பொன்றும் இல்லை என்று முடிவெடுத்தேன். ஆனால் என்னைப் பார்த்துத் துடிக்கும் பெற்றோர்கள் என்னைவிடச் சோர்ந்து போயிருந்தார்கள். நடனம் என் கனவு மட்டுமில்லை, அந்தக் கனவில் சரி பாதியை அவர்களும் சேர்ந்து வாழ்ந்திருந்தார்கள்.

அழுது ஓய்ந்த பின்னர் அவர்களுக்காக நான் மீண்டு வர வேண்டும், மேடையில் ஆட வேண்டும் என்ற உத்வேகம் வந்தது. ஆனால் எப்படி? என்ன செய்ய வேண்டும் என்று புரியவில்லை. அச்சமயத்தில் ஜெய்ப்பூரில் டாக்டர் சேத் செயற்கைக் கால்களைப் பொருத்துகிறார் என்ற செய்தி கிடைத்தது. இனி இழக்க ஒன்றுமில்லை என்றிருந்தவளுக்கு அதை முயற்சி செய்து பார்க்கலாம் என்று தோன்றியது. அப்பாவும் நானும் கிளம்பி ஜெய்ப்பூர் சென்றோம். நாங்கள் எதிர்பார்த்துச் சென்றது வீண போகவில்லை. நம்பிக்கை கிடைத்தது. அவரை சந்தித்த சில நாள்களில், செயற்கைக் காலை பொருத்தினார்கள்.

கால்கள் கிடைத்தவுடன் எழுந்து நடக்க வேண்டும் என்று நினைக்கவில்லை, ஆட வேண்டும் என்று தான் நினைத்தேன். அவ்வளவு எளிதில் அது நடக்கவில்லை. அந்தச் செயற்கைக் காலுக்கு என் உடம்பைப் புரிந்து கொள்ளவும், உடலோடு ஒத்துப்

போகவும் இரண்டு வருடங்கள் எடுத்தன. இரண்டு வருடக் காத்திருப்புக்குப் பின்னர் ஆட ஆரம்பித்தேன். ஒவ்வொரு முறை நான் முயற்சி செய்யும் போதும் அந்தக் காலிலிருந்து ரத்தம் கசிய ஆரம்பிக்கும். வலி வாட்டி எடுக்கும். எல்லாவற்றுக்கும் மனம் பழகிப் போயிருந்தது.

ஜனவரி 28, 1984-ஆம் ஆண்டு என் கனவு நிறைவேறியது. என் செயற்கைக் காலோடு பரதநாட்டியம் ஆடினேன். அரங்கமே எழுந்து நின்று கரகோஷம் செய்தது. அன்று முதல் என் நடனத்தையும் மன வலிமையும் மக்கள் கொண்டாட ஆரம்பித்தார்கள்.

என் நடனத்தைப் பார்த்த தெலுங்கு படத் தயாரிப்பாளர் ஒருவர் என் கதையைப் படமாக எடுக்க முன் வந்தார். அதில் என்னை நடிக்க வைத்தார். 'மயூரி' என்ற அந்தப் படம் வெளிவந்தது. அதற்குப் பின்னர் சில படங்கள் நடிக்க வாய்ப்பும் கிடைத்தது. எந்த வாய்ப்பையும் விடவில்லை. ஆனால் நடித்த எல்லாப் படங்களும் தோல்வியில் முடிந்தன.

அதைத் தொடர்ந்து, ஏழு ஆண்டுகள் எந்த ஒரு வாய்ப்பும் இல்லை. கையில் படிப்பு இருக்கிறது, ஏதாவது வேலை கிடைத்து விடும் என்று நண்பர்கள் சொன்னார்கள். மனம் எதையும் ஏற்க விரும்பவில்லை. நடனம் அல்லது நடிப்பு. அவ்வளவே. நான் ஒரு சிறந்த பைத்தியக்காரியாக மற்றவர் கண்களுக்குத் தெரிந்திருக்க வேண்டும். அப்படியே இருந்துவிட்டுப் போகிறேன் என்று இருந்தேன்.

உப்பு சப்பில்லாத அப்படியொரு நாளில் "சுதா சந்திரன் இருக்காங்களா?" என்று கேட்டு ஓர் அழைப்பு வந்தது. ஹிந்தி சின்னத்திரையிலிருந்து ஒரு வாய்ப்பு வந்தது. கஹின் கிசி ரோஸ் என்ற நாடகத்தின் வில்லி கதாபாத்திரம். அந்தத் தொடர் மாபெரும் வெற்றி பெற்றது. "நடிப்பு எல்லாம் உனக்கு வேண்டாம் இடத்தைக் காலி செய்" என்று சொன்னவர்கள் முன்பு சிறந்த நடிப்புக்காக விருது வாங்கினேன். அதற்குப் பின்னர் என் வாழ்க்கையில் பல முன்னேற்றங்கள் நடந்தன.

சூழல்களோ, நம்மைச் சுற்றி உள்ள மக்களோ, நீ அவ்வளவு தான் என்று நிராகரிக்கும் போது, விடா முயற்சியுடன் செய்ய வேண்டியதைச் செய்ய மன திடம் இருந்தால் போதும் எதுவும் சாத்தியமே.

சுதா சந்திரன்

30. ஓடு மில்கா ஓடு

என் பதினைந்தாவது வயதில் பார்க்கக் கூடாத காட்சிகளைப் பார்த்து விட்டேன். எத்தனை முறை நான் பேசி ஆற்றிக் கொள்ள நினைத்தாலும் ஆறாத ரணங்கள் அவை.

இந்தியா - பாகிஸ்தான் பிரிவு நடந்த சமயம். இருபுறமும் கலவரங்கள் நடந்து கொண்டிருந்தன. இந்தியாவில் இஸ்லாமியர்கள் தாக்கப்பட்டது போல் பாகிஸ்தானில் இந்துக்களும் சீக்கியர்களும் தாக்கப்பட்டார்கள். பாகிஸ்தானில் நடந்த கலவரத்தில் என் கண் முன் அம்மா, அப்பா, அண்ணன் தம்பி அனைவரும் கொல்லப்பட்டார்கள். கலவரக்காரர்கள் என் அப்பாவை நெருங்கி வந்தார்கள், "ஓடு மில்கா, இங்கிருந்து ஓடிவிடு" என்று அவர் சொன்ன கடைசி வார்த்தைகள் என் காதுகளில் ஒலித்துக் கொண்டிருந்தன.

அங்கிருந்து தப்பித்து, ரயில் ஏறி டெல்லி வந்தேன். என் தங்கை திருமணமாகி இங்கிருந்தாள். சில நாள்கள் அவள் வீட்டில் இருந்தேன். கையில் கிடைக்கும் சின்னச் சின்ன எடுபிடி வேலைகளை எல்லாம் செய்தேன். வாழ்க்கையில் பிடிப்பென்று ஒன்றுமில்லை. ரவுடி ஆகிவிடலாம் என்று நினைத்தேன். மனத்திற்குள் இருந்த ரணங்கள் என்னை அப்படி யோசிக்க வைத்தன. அப்போது உறவுக்காரர் ஒருவர் என்னை

இராணுவத்திற்கு விண்ணப்பிக்குமாறு சொன்னார். இராணுவமோ ரவுடியோ எது கிடைத்தாலும் சரி என்று மனத்துக்குப் பட்டது.

ஒரு முறை அல்ல.... மூன்று முறை விண்ணப்பித்தேன். மூன்று முறையும் நிராகரித்தார்கள். தோற்றுப் போனேன். இன்னும் ஒரு முறை என்று முடிவு செய்து சென்றேன். நான்காவது முறை தேர்வானேன்.

ராணுவத்தில் தந்த பயிற்சிகள் ஒவ்வொன்றும் என் மனத்தையும் உடம்பையும் கட்டுக்கோப்பாக வைக்க உதவின. அங்கு நடக்கும் ஓட்டப்பந்தயத்தில் நானும் கலந்து கொண்டேன். அதிகாரிகள் எனக்குத் தனியாகப் பயிற்சி கொடுத்தார்கள். அப்போது வரை ஓடுவதற்குப் போட்டி எல்லாம் இருக்கும் என்று எனக்குத் தெரியாது. பள்ளிக்குச் செல்ல வேண்டுமென்றால் பத்து கி.மீ ஓடியாக வேண்டும். அந்தப் பழக்கத்தால் உடலில் வலிமையும் ஓடுவதற்கான திறமையும் என்னிடம் இருப்பதை ராணுவம் கண்டுபிடித்தது.

ஓட்டபந்தயம் எங்கு நடந்தாலும் என் பெயரைக் கொடுத்து விடுவார்கள். போகும் இடமெல்லாம் வென்று வருவேன். அப்படித்தான் 1956-ஆம் ஆண்டு மெல்போர்னில் நடக்கப் போகும் ஒலிம்பிக்கில் 400மீ ஓடுவதற்காக என்னைத் தேர்ந்தெடுத்தார்கள். ஆங்கிலத்தில் தெரிந்த வார்த்தைகள் "யெஸ், நோ, ஓகே" மட்டுமே. அதனால் என்ன, ஓட வேண்டும்.... அவ்வளவு தானே என்று நானும் கிளம்பினேன்.

உலக நாடுகளிலிருந்து சிறந்த விளையாட்டு வீரர்கள் வந்திருந்தார்கள். இந்தியாவிலிருந்து சிலர் சென்றிருந்தோம். முதல் முறை முதல் அனுபவம். அதுகாறும் கேள்விப்படாத ஒலிம்பிக்கை அப்போதுதான் பார்த்தேன். அது ஒரு புது அனுபவமாக இருந்தது.

என் நண்பரும் என்னுடன் வந்திருந்தார். நானூறு மீட்டர் ஓட்டப் பந்தயத்துக்கு அனைவரும் தயாராகிக் கொண்டிருந்தோம். முதல் சுற்றிலேயே வெளியேறினேன். நான்காவது இடத்தைப் பிடித்தேன். இரண்டாவதாய் வரும் வெற்றியையே யாரும் ஞாபகத்தில் வைத்துக் கொள்வதில்லை. நான்கு எல்லாம் ஒரு அடையாளமே இல்லை என்று புரிந்தது. முதலாவதாகத் தங்கப் பதக்கம் பெற்ற அமெரிக்கர் சார்லஸ் என்ன செய்திருந்தால் வெற்றி பெற்றிருப்பார் என்று யோசித்தேன்.

வெற்றி பெறவில்லை என்றால் என்ன? வெற்றி பெறுவதற்கான சூட்சுமத்தை வாங்கிக் கொள்ள வேண்டும் என்று எண்ணினேன். யெஸ், நோ வைத்து எப்படி என் எண்ணத்தை அவரிடம் சொல்லுவேன்? என் நண்பனை அழைத்துச் சென்றேன். அவன் உடைந்த ஆங்கிலத்தில், “மில்கா சிங், ஃபோர் ஹண்ட்ரட் மீட்டர்”, என்று சொல்ல ஆரம்பித்துத் தட்டுத் தடுமாறி ஒரு வழியாக என் எண்ணத்தைச் சொன்னான்.

சார்லஸ் ஒரு காகிதத்தை எடுத்து, அவர் எப்படிப் பயிற்சி செய்கிறார் என்று ஒவ்வொன்றாக எழுதினார். மணலில் எத்தனை முறை ஓட வேண்டும், எத்தனை முறை குதிக்க வேண்டும். திங்கட்கிழமையில் ஆரம்பித்து ஞாயிறு வரை அவர் செய்யும் ஒன்றையும் விடாமல் எழுதிக் கொடுத்தார். அப்போது அந்தக் காகிதம் பதக்கத்தைவிடப் பெரிய பொக்கிஷமாக இருந்தது.

இந்தியா திரும்பியவுடன், என் பயிற்சியாளரிடம் இதைப் பற்றிப் பேசினேன். சார்லஸ் கொடுத்த அட்டவணையை அச்சு பிசகாமல் செய்ய ஆரம்பித்தேன். ஒவ்வொரு நாளும் ஆறு மணி நேரம் பயிற்சி. ஒரு நாளும் அசந்து தூங்கவில்லை, விடுப்பு எடுக்கவில்லை. ஒரு மாதம் இரண்டு மாதம் அல்ல, இரண்டு வருடங்கள். பயிற்சி... பயிற்சி... பயிற்சி மட்டுமே. யார் எப்போது எங்கு அழைத்தாலும் மில்கா ஓடுவான் வெல்வான், இதற்காகவே அந்தப் பயிற்சியை செய்தேன்.

1958-ஆம் ஆண்டு என் உழைப்பை அறுவடை செய்யும் காலமாக மாறியது. லண்டனில் நடந்த காமன்வெல்த் போட்டிக்குச் சென்றேன். 400 மீ ஓட்டப்பந்தயத்தில் தங்கப் பதக்கம் வென்றேன். அதே வருடம் டோக்கியோவில் நடந்த ஆசிய விளையாட்டுகளில் கலந்து கொண்டேன். 200 மீ மற்றும் 400 மீ ஓட்டப்பந்தயத்தில் தங்கப் பதக்கம் வென்றேன். இந்தியக் கொடியை ஏந்தும்போது சொல்ல முடியாத ஒரு மகிழ்ச்சி மனத்தை ஆக்கிரமித்துக் கொண்டது.

ஒலிம்பிக் போட்டிக்குத் தயாரானேன். சென்ற முறை விட்ட பதக்கத்தை இந்த முறை வென்று விட வேண்டும் என்று தீர்க்கமாகப் பயிற்சி செய்தேன். 1960-ஆம் ஆண்டு ரோமில் நடந்த ஒலிம்பிக் போட்டியில் கலந்து கொண்டேன். அதே 400 மீ ஓட்டப்பந்தயம். எல்லாம் சரியாகத்தான் போய்க் கொண்டிருந்தது.

ஓடும் போது நான் செய்த தவறு என்னை அதே நான்காவது இடத்துக்குத் தள்ளியது. ஓடும் போது நடுவில் கொஞ்சம் என் வேகத்தைக் குறைத்தேன். அப்படிச் செய்வதால் இறுதிக் கோடு நெருங்கும் போது வேகமாக ஓடிவிடலாம் என்று நினைத்தேன். அந்த முடிவு என்னைத் தோற்கச் செய்தது.

இத்தனை காலம் நான் செய்த பயிற்சி, போட்டிகள் எல்லாம் அர்த்தமற்றுப் போனது போல் உணர்ந்தேன். இனி நான் ஓடப்போவதில்லை என்று பத்திரிகை மூலம் மக்களிடம் சொன்னேன். ஆனால் என்னைச் சுற்றி இருந்தவர்களும், ஆட்சியாளர்களும் என் முடிவை மாற்றினார்கள். மீண்டும் பயிற்சி. 1962-ஆம் ஆண்டு ஆசிய விளையாட்டுப் போட்டி ஜகர்தாவில் நடந்தது. நானூறு மீட்டர், மற்றும் ரிலேவில் ஓடித் தங்கப் பதக்கம் வென்றேன். அதற்குப் பின்னர் பல போட்டிகள். வெற்றியும், தோல்வியும் மாறி மாறி வந்து கொண்டிருந்தன. ஆனால், தோல்விகளை விட வெற்றிகள் அதிகரித்திருந்தன.

மில்கா சிங்

31. மில்க் மேன்

எனக்கு இயந்திரங்கள் மீதும் படிப்பு மீதும் ஓர் ஈர்ப்பு. இந்தியா சுதந்திரம் அடைவதற்குமுன், கிண்டி கல்லூரியில் பொறியியல் படித்து முடித்தேன். அப்படியே பெங்களூருவில் கால்நடைப் பராமரிப்பு மற்றும் பால் பண்ணைப் படிப்பையும் முடித்திருந்தேன்.

மேல் படிப்புப் படிக்க அரசாங்கத்தின் கல்விச் சலுகை கிடைத்தது. "போய்ப் படி. ஆனால் படிப்பு முடிந்தவுடன், நாங்கள் சொல்லும் இடத்தில்தான் நீ வேலை பார்க்க வேண்டும்" என்ற நிபந்தனையுடன். அதனாலென்ன அமெரிக்காவில் இருக்கும் மிச்சிகன் மாகாணத்தில் படிக்க வாய்ப்பு கிடைக்கிறதென்றால் சும்மாவா? சரி என்று தலையாட்டினேன். 1948-ஆம் ஆண்டு இயந்திரவியல் பொறியியலில் முதுகலைப் பட்டம் பெற்றேன். பால் பொறியியல் ஒரு சிறு பாடமாக இருந்தது.

சுதந்திர இந்தியாவில் என் எதிர்காலம் குறித்த பல கனவுகளோடு வந்திறங்கினேன். அப்பா மருத்துவர். எந்தக் குறையும் இல்லாத வாழ்க்கை. அடுத்தது என்ன? எந்த நகரத்துக்கு அரசாங்கம் அனுப்பும் என்று ஆவலோடு எதிர்பார்த்திருந்தேன்.

குஜராத்திலிருக்கும் ஆனந்த் கிராமத்தில் வேலை கிடைத்தது. கிராமம்கூடப் பரவாயில்லை. ஆனால் அங்கு யாரும் அசைவ உணவைச் சாப்பிட மாட்டார்கள் என்று தெரிந்தது. வீடு கொடுக்க

யாரும் முன் வரவில்லை. மாட்டுத் தொழுவத்தில் சில நாள் தங்கினேன். பால் வாசனை வந்தாலே பத்தடி போவேன். எனக்குக் கிடைத்த வேலை பாலைப் பதப்படுத்தும் இயந்திரங்களை அங்கு நிறுவ வேண்டும். அந்த ஊருக்குச் சென்ற நாள் முதல் அரசாங்கத்தோடு வேலை செய்யும் காலம் எப்போது முடியும் என்று ஒவ்வொரு நாளும் எண்ணிக் கொண்டிருந்தேன். வாரத்திற்கு ஒரு முறை பம்பாய் சென்று நட்சத்திர உணவகத்தில் வயிறு முட்டச் சாப்பிட்டு வருவேன்.

ஆனந்த் கிராமத்தில் மண் வாசனைக்குப் பதில் பால் வாசனை மட்டுமே இருக்கும். அந்த ஊரில் ஒரு தனியார் நிறுவனம் விவசாயிகளின் மாடுகளிடமிருந்து கிடைக்கும் பாலைக் கொள்முதல் செய்து அப்போதைய பம்பாய் மாகாணத்துக்கு அனுப்பிக் கொண்டிருந்தது. இதில் விவசாயிகளுக்குச் சொற்ப லாபமே கிடைத்தது. இதற்கும் எனக்கும் எந்தச் சம்பந்தமும் இல்லை என்று நினைத்தேன். ஊர் போய்ச் சேரும் நாளும் வந்தது. பெட்டி படுக்கையைக் கட்டிக் கொண்டு கதவைத் தாழிடப் போனேன். அப்போது நான் மிகவும் மதிக்கும் திருபுவன் தாஸ் அங்கு வந்தார்.

அவர் இரவு பகல் என்றில்லாமல் விவசாயிகளின் நலனுக்காக மட்டுமே வேலை செய்து வந்தார். விவசாயிகளை ஒன்று சேர்த்து, கூட்டுறவுச் சங்கம் ஒன்றை அப்போது ஆரம்பித்திருந்தார். அவரது கூட்டுறவு நிறுவனத்துக்குச் சில இயந்திரங்கள் வாங்க வேண்டும் என்றும் அதற்கு என் உதவி தேவை என்று வந்திருந்தார்.

அந்த ஊர் விவசாயிகளுக்கும் என் தேவை உள்ளது என்று எடுத்துச் சொன்னார். பணத்தைவிட நம் தேவை இருப்பது முக்கியம் என்று நினைத்தேன். கதவைத் திறந்து பெட்டியை வைத்துவிட்டு, கைரா பால் கூட்டுறவில் தொழில்நுட்ப மேலாளராகச் சேர்ந்தேன். முதல் இரண்டு வருடங்கள் பல தடங்கல்கள் வந்தன.

போல்சன் பால் நிறுவனம் ராட்சசனைப் போல் வளர்ந்திருந்தது. வெண்ணெய்க்குப் பதில் போல்சன் என்றே மக்கள் சொன்னார்கள். விவசாயிகளுக்குச் சரியான லாபம் கிடைக்க கைரா கூட்டுறவில் பல நடவடிக்கைகள் எடுத்தோம். இதில் ஒவ்வொரு விவசாயியும் பங்குதாரர்களாகச் சேர்ந்தார்கள். போல்சனிடம் போகும் பால் கைரா கூட்டுறவிற்கு வந்தது.

பால் உற்பத்தி பலமடங்கு அதிகமானது. இப்போது அதற்கு அடையாளமாக ஒரு பெயர் வைக்க வேண்டும் என்று முடிவு செய்தோம். Anand Milk United Limited என்ற பெயரைச் சுருக்கி அமுல் (AMUL) என்று வைத்தோம். பால் இறக்குமதி செய்து கொண்டிருந்த எங்களுக்கு, அபரிமிதமான பால் கிடைக்க ஆரம்பித்தது. அதைக் கொண்டு வேறு என்ன செய்யலாம் என்று யோசித்தோம். சர்தார் வல்லபாய் பட்டேல், லால் பஹதூர் சாஸ்த்ரி, நேரு போன்ற தலைவர்கள் எங்களுடைய முன்னெடுப்பை ஆதரித்தார்கள்.

சுவிட்சர்லாந்தில் இருக்கும் நெஸ்லே நிறுவனத்துக்குச் சென்றேன். எல்லாம் பால் விஷயமாகத் தான். அவர்கள் பால் பவுடரில் சர்க்கரையைச் சேர்த்து கண்டென்ஸ்ட் மில்க் செய்து வந்தார்கள். அதற்குப் பதில் எங்கள் கூட்டுறவில் கிடைக்கும் எருமைப் பாலை வைத்துச் செய்யலாம் என்ற யோசனையைக் கூறினேன். "கண்டென்ஸ்ட் மில்க் செய்யும் தொழில்நுட்பம் மிகவும் சவாலான வேலை. அதை எப்படி உங்கள் ஊர்க்காரர்களுக்குக் கொடுப்பது?" என்று கிண்டல் செய்தார்கள். அது எனக்கு மிகவும் அவமானமாக இருந்தது.

எருமைப் பாலில் செய்ய முடியாது என்று சொன்ன அந்த ஒன்றைச் செய்து முடிக்க என் கல்லூரி நண்பன் தாலாய்லாவை வைத்துப் பல முயற்சிகள் செய்தோம். இரண்டு வருடங்கள் படாதபாடு பட்டோம். நிறைய முயற்சிகள் தொழில்நுட்பக் கோளாறால் தோல்வியில் முடிந்தது. இறுதியில் சரியான தொழில் நுட்பத்தைக் கண்டுபிடித்தோம். எருமைப் பாலை வைத்து பால் பவுடர், வெண்ணெய் செய்த முதல் நிறுவனமாக அமுல் வளர்ந்தது.

ஒவ்வொரு புதிய தயாரிப்பை உருவாக்கும் போதும் சவால்களும், அழுத்தங்களும் நிறைந்திருந்தன. ஆயினும் தொடர்ந்து வளர்ந்து கொண்டே இருந்தோம். சுதந்திர இந்தியாவில் ஒரு கூட்டுறவு சங்கம் சக்கைப் போடு போடுகிறது என்பது தெரிந்ததும், எங்களைத் தேடி ஆட்சியில் இருப்பவர்கள் வந்தார்கள்.

குஜராத்தில் இருக்கும் கூட்டுறவு மாதிரியை இந்தியா முழுக்க கொண்டுவர வேண்டும் என்று என்னிடம் கேட்டார்கள். நானும் ஒப்புக் கொண்டேன். ஆனால் இரண்டு நிபந்தனைகள் வைத்தேன். தேசியப் பால்வள மேம்பாட்டு வாரிய கூட்டுறவு அமைப்பின்

தலைநகரமாக (NDDB) ஆனந்த் கிராமம் இருக்கும். டெல்லி அல்ல. மற்றொன்று நான் ஆனந்தின் வேலையாளாகவே இருப்பேன்.

ஆனந்தின் கூட்டுறவு அமைப்பு மாதிரியைப் பல துறைகளில் மக்கள் செயல்படுத்தினார்கள். அதன் வெற்றிக்கு முக்கிய காரணம் கூட்டு முயற்சி, மற்றவர்கள் மீது இருந்த நம்பிக்கை, உழைப்பு மட்டுமே.

ஐம்பது வருடங்கள் தேசியப் பால்வள மேம்பாட்டு வாரியத்தில் (NDDB) பணி செய்வதை என் வாழ்நாள் இலக்காகக் கொண்டேன். பாலே பருகாத வர்கீஸ் குரியன் மில்க் மேன் ஆக மாறியதற்குப் பின்னர் பல தோல்விகளும் அவமானங்களும் உள்ளன.

வர்கீஸ் குரியன்

32. மாயா ஒரு மாயாவி

என் பெயர் மார்கரெட் ஆன் ஜான்சன் என்று சொன்னால், நான் யார் என்று உங்களுக்குத் தெரியுமா? தெரியாது. உங்களுக்கு மட்டுமல்ல யாருக்கும் என்னைத் தெரியாது- நான் யார் என்று கண்டுபிடிக்க, பல போராட்டங்களைச் சந்தித்தேன். குழந்தைப் பருவம் என்றால் அன்பான அழகான நினைவுகள் இருப்பது இயல்பு. ஆனால் எனக்கு எல்லாம் தலைகீழாக நடந்தது. எனக்கு மூன்று வயதிருக்கும்போது, அம்மா அப்பா பிரிந்தார்கள். என்னையும் அண்ணன் பார்லியையும், அப்பா கூட்ஸ் வண்டியில் சாமான்களை ஏற்றுவது போல் ஏற்றினார். அர்கன்சாஸின் ஸ்டாம்ப்ஸ் என்ற இடத்தில் அது நின்றது. பயணம் முழுக்க நிராகரிப்பின் வலி மட்டுமே என்னைச் சூழ்ந்திருந்தது.

அப்பாவின் அம்மா எனக்குக் கிடைத்த ஒரு தேவதை. அவள் அன்பும் அரவணைப்பும் என் நாள்களை மாற்றின. உலகத்தில் சிறந்த இடம், எனது சொர்க்கம் எதுவென்றால், அது என் பாட்டி வீடு மட்டுமே. பாட்டியை மொமொ என்று அழைத்தேன். அம்மாவைக் குறித்த ஏக்கம் இருந்தாலும், பாட்டியின் அரவணைப்பு மிகுதியாய் கிடைத்தது.

ஏழு வயது இருக்கும். நானும் அண்ணனும் அம்மா வீட்டிற்குச்

சென்றிருந்தோம். அப்போதுதான் அந்த விபரீதம் நடந்தது. என் அம்மாவின் காதலன், ஆம்.... அம்மாவின் காதலன் என்னைப் பாலியல் வன்புணர்வு செய்தான். வெளியே சொல்லப் பயமாக இருந்தது. அண்ணனிடம் மட்டும் சொன்னேன். அவன் என் மாமாவிடம் சொல்லியிருக்க வேண்டும். இரண்டு நாளில் அந்தக் கயவன் அடித்து கொலை செய்யப்பட்டிருந்தான். அந்த நிகழ்வு என்னை மிகவும் பாதித்தது. நான் சொன்னதால் அவன் கொலை செய்யப்பட்டிருக்க வேண்டும் என்று எனது சின்ன இதயத்துக்குப் பட்டது. அதிர்ந்து போயிருந்தேன். அந்தப் பாதிப்பிலிருந்து அவ்வளவு எளிதில் என்னால் வெளிவர முடியவில்லை. யாரிடமும் பேசுவதை முற்றிலும் தவிர்த்தேன். ஒரு நாள் இரண்டு நாள் அல்ல ஐந்து வருடங்கள்.

என் பாட்டி எப்போதும் போல் என்னைக் கண்ணுக்குள் வைத்துப் பார்த்துக் கொண்டார். அமெரிக்காவில் அப்போது கறுப்பினத்தவர்களுக்காகத் தனியாகத் தெரு, கடைகள், பள்ளிக்கூடம் இருக்கும். திரும்பும் பக்கமெல்லாம் நிறவெறி வாழ்க்கையை நெறித்துக் கொண்டிருந்தது. அப்போது அந்த ஊரில் கருப்பினத்தவருக்கென இருந்த பள்ளியின் ஆசிரியர் பாட்டியிடம் பேசி என்னைப் பள்ளிக்கு அழைத்துச் சென்றார். பேச மாட்டேனே தவிர நிறைய வாசிப்பேன். எனக்குப் பிடித்த வாழ்க்கையை, சந்தோஷத்தைப் புத்தகங்களில் கண்டேன். கவிதைகள் என்றால் ஒரு படி மேல். படிப்பதை எல்லாம் மனனம் செய்து வைத்திருப்பேன். கவிதைகள்தான் என் துணை, என் நண்பன் அனைத்தும். "மாயா ..உனக்குக் கவிதைகள் நிறையப் பிடிக்கும் என்று பாட்டி சொன்னார்கள். அது பொய். கவிதையை இரசிக்க வேண்டும் என்றால் அதைச் சொல்லிப் பழக வேண்டும். அதை உணர வேண்டும்" என்றார். அவர் வார்த்தைகள் என்னை ஏதோ செய்தது. எனக்குக் கவிதைகள் வேண்டும். ஆசிரியரின் முயற்சி, பாட்டியின் பக்கபலம் என்னைப் பேச வைத்தது. பதினைந்தாவது வயதில் பேசினேன். சுத்தமாக, சத்தமாக, திடமாகப் பேசினேன்.

மேலும் பள்ளியில் படிக்க சான் ஃப்ராஸிஸ்கோவிற்கு அம்மாவிடம் வந்தேன். நாடகப் பள்ளியில் படிக்க சலுகை கிடைத்தது. எனக்குப் பிடித்த விஷயத்தைக் கற்றுக் கொள்ள வேண்டும் என்று எண்ணினேன். அங்கு தான் அரசியல், கொள்கை,

போராட்டம் எல்லாம் எனக்குப் பரிட்சயம் ஆனது. பள்ளிப் படிப்பைப் பாதியில் நிறுத்தினேன். அமெரிக்காவின் முதல் ஆப்ரிக்க அமெரிக்கப் பெண் கண்டக்டர் என்ற அடையாளம் கிடைத்தது. சில காலம் கண்டக்டராக இருந்தேன். மீண்டும் பள்ளிப் படிப்பைத் தொடர்ந்தேன். அங்குதான் இன்னொரு விபரீதம் காத்துக் கொண்டிருந்தது. நான் எனது பதின்ம வயதில் கர்ப்பமானேன். பள்ளியிலிருந்து துரத்தினார்கள். சமையல்காரியாக வேலை செய்தேன். உணவகத்தில் வெயிட்டர் வேலையும் அத்துப்படியானது. ஆண் பிள்ளை பிறந்தது. யாரிடமும் கொடுக்காமல் தனியாக அவனை வளர்க்க முடிவெடுத்தேன். வாழ்க்கை கொஞ்சம் கொஞ்சமாகப் புரிய ஆரம்பித்தது.

வாழ்க்கை எப்படிப் புரட்டிப் போட்டாலும் இசை, நடனம், இலக்கியம் என்னை எப்போதும் தாங்கிப் பிடித்தன. நான் உயிரோடு இருந்ததற்கு முக்கிய காரணம் கலை மட்டுமே. கிரேக்க மாலுமியைத் திருமணம் செய்து கொண்டேன். அவரது பெயர் அனஸ்டாசியோஸ் ஏஞ்சலோபுலோ. காதல் திருமணம். மகனும் நானும் அவரோடு எகிப்துக்குக் குடி புகுந்தோம். எங்கு சென்றாலும் எனக்கான வேலையைத் தேடிக் கொள்ளும் என் இயல்புக்கு அங்கும் வேலை கிடைத்தது. பத்திரிக்கைத் துறையில் வேலை. திருமண வாழ்க்கை நீடிக்கவில்லை. ஆனால் ஏஞ்சலோ என்ற அவரது பெயர் மட்டும் என்னோடு ஒட்டிக் கொண்டது.

மீண்டும் ஒரு திருமணம். மீண்டும் ஒரு முறிவு. அப்போது தான் மால்கம் *x* உடைய கொள்கைகள் என்னைக் கவர்ந்திருந்தன. பெண்களுக்காகப் போராட்டங்கள் செய்யும் இயக்கங்களோடு சேர்ந்தேன். நிற வெறியை எதிர்த்து மால்கம் நடத்தும் போராட்டங்களில் பங்கு கொண்டேன். வாழ்க்கை அர்த்தமானதாக மாறியது. ஆப்பிரிக்காவில் இருந்த என்னை மால்கம் அமெரிக்காவுக்கு அழைத்திருந்தார். அவருடன் சேர்ந்து பல வேலைகள் செய்ய நினைத்திருந்தேன்.

அமெரிக்கா வந்தேன். இரண்டாவது நாள் அந்தத் துயரச் செய்தி எனக்காகக் காத்துக் கொண்டிருந்தது. மால்கம் எக்ஸை யாரோ கொலை செய்து விட்டார்கள் என்ற செய்தி. என் மனத்தை சுக்குநூறாக உடைத்தது. வலிகளும் ஏமாற்றங்களும் என்னை வலிமையான ஒருத்தியாக மாற்றியிருப்பதை உணரச் சில காலம் பிடித்தது.

கலையில் இருந்த என் ஈடுபாட்டைப் பலர் கூர்ந்து கவனித்து வந்தார்கள். நான் எழுதப் பழகி இருந்தேன். கவிதைகளை எழுதினேன், வாசித்தேன். கேட்டவர்கள் மகிழ்ந்தார்கள். முக்கியமாகக் கருப்பினப் பெண்களுக்கு அது புது உற்சாகத்தையும் உத்வேகத்தையும் கொடுத்தது. மார்ட்டின் லூதர் கிங் உடன் சேர்ந்து சிவில் உரிமைகள் இயக்கத்தில் என்னை இணைத்துக் கொண்டேன். என் மக்கள் முன்னேற எங்கெல்லாம் எப்படியெல்லாம் குரல் கொடுக்க முடியுமோ அங்கெல்லாம் குரல் கொடுத்தேன்.

அதிகார வர்க்கத்தை எதிர்த்து யார் குரல் கொடுத்தாலும் அவர்களை நாங்கள் பரலோகத்திற்கு அனுப்புவோம் என்று முடிவு செய்திருந்தார்கள். என் பிறந்த நாள் அன்று லூதர் கிங் கொலை செய்யப்பட்டார். நான் எடுத்து வைக்கும் ஒவ்வொரு அடிக்கும் நூறு சறுக்கல்கள் காத்துக் கொண்டிருந்தன. என் ஆதர்சமான ஆளுமைகள் எல்லாம் விட்டுப் போனார்கள். வலியிலிருந்து மீள எழுத ஆரம்பித்தேன். அப்படித்தான் என் முதல் நாவல் வெளியே வந்தது. பள்ளிகளில் அதைத் தடை செய்தார்கள். தொடர்ந்து எழுதினேன்.

அதிபர் கிளிண்டன் பதவி ஏற்கும் போது என்னை அழைத்து என் கவிதை ஒன்றை வாசிக்கச் சொன்னார். ராபர்ட் ஃப்ரோஸ்ட்டுக்கு அடுத்தது அந்த இடம் எனக்குக் கொடுக்கப்பட்டது. என் மக்களின் குரலாக நின்று அதை நான் வாசித்தேன்.

குரலற்ற என்னை வலிமையான குரலுக்குச் சொந்தக்காரியாக மாற்றியதில் தோல்விகளுக்கும், தவறுகளுக்கும், அவமானங்களுக்கும் பெரிய பங்குண்டு. அதனால்தான் மாயா ஏஞ்சலோ எப்போதும் எழுத்தின் மூலம் உங்களுடன் இருக்கிறேன்.

மாயா ஏஞ்சலோ

33. சுங் ஜூ யுங்

இப்போதைக்கு என்னைச் சிறந்த ஓடுகாலியாக அறிமுகப்படுத்திக் கொள்கிறேன். அப்பா மிகச் சிறந்த விவசாயி. வயலில் பன்னிரண்டு மணி நேரம் முதல் பதினெட்டு மணி நேரம் வரை உழைப்பார். எனக்கு ஐந்து தம்பி, இரண்டு தங்கைகள். மூத்தவன் என்ற ஒரே காரணத்தால் அப்பாவின் சுமையை நான் பங்கு போட்டுக் கொண்டேன். இல்லை, அப்பா அதை வலுக்கட்டாயமாகச் செய்தார். ஆம் எனது பதினான்காவது வயதில் பள்ளியைவிட்டு என்னை நிறுத்தினார்.

அப்போது முடிவு செய்தேன், வறுமையிலிருந்து, சிறந்த விவசாயி ஆவதிலிருந்து நான் தப்பித்து ஓட வேண்டும் என்று. சரியாகப் பதினாறு வயதிருக்கும் போது ஒரு விளம்பரம் கண்ணில் பட்டது. காவா நகரில் கட்டட வேலைக்கு ஆள் எடுக்கிறார்கள் என்று. நானும் என் நண்பனும் கிளம்பினோம். பயணம் அத்தனை எளிதாக இருக்கவில்லை. மலை, காடு என்று பல நாள் நடந்து சென்றோம். வேலையும் கிடைத்துவிட்டது. இரண்டு மாதங்கள் சம்பளம் வாங்கினேன். கடினமான வேலை தான் என்றாலும் அப்பாவுடன் தோட்டத்தில் இல்லை என்பதே ஆசுவாசமாக இருந்தது.

எப்படியோ அப்பா கண்டுபிடித்துவிட்டார். கிராமத்தில் மீண்டும் வயலில் இறங்க வேண்டியதாயிற்று. காலை வயல், மாலை சுள்ளி

பொறுக்கச் செல்ல வேண்டும். என் ஆசை எல்லாம் எப்படியாவது ஆசிரியர் ஆகிவிட வேண்டும். வீட்டில் சில மாடுகள் இருந்தன. ஒன்றை விற்றேன். இரண்டாவது முறை வீட்டை விட்டு ஓடினேன்.

கட்டட வேலை மட்டுமல்ல கிடைத்த வேலை ஒன்றையும் விடாமல் செய்தேன். சாப்பிடச் சரியாக இருந்தது. இந்த முறையும் அப்பா என்னைக் கண்டுபிடித்துவிட்டார். முன்னேற வேண்டும் என்றால் மிக நிச்சயமாகக் கிராமத்தில் இருக்கக்கூடாது என்பது மட்டும் தெரிந்திருந்தது. அதற்குப் பின்னர் என்ன செய்ய வேண்டும் என்ற திட்டமெல்லாம் என்னிடம் இல்லை. அப்பா இம்முறை, “பார், சுங் நல்லா படித்தவனுக்கே இங்கு வேலை கிடைக்கறது கஷ்டமா இருக்கு, நீ படிச்ச படிப்பு நயா பைசாக்கு பிரயோஜனம் கிடையாது. ஒழுங்கா என் கூட வயல்ல வேலை செய். குடும்பத்த பார்” என்று கண்டிப்புடன் சொல்லிவிட்டார். அவர் பேச்சுக்காகச் சில காலம் ஊரில் இருந்தேன். எனக்கும் குடும்பத்தைப் பார்த்துக் கொள்ள வேண்டும் என்றுதான் ஆசை. ஆனால் வறுமையில் இருந்தபடி அல்ல.

இருபது வயதில் மூன்றாவது முறை வீட்டை விட்டு சியோலுக்கு ஓடினேன். கிடைத்த வேலை எல்லாம் செய்து நாள்கள் சென்றன. இறுதியில் ஓர் அரிசிக் கடையில் வேலை கிடைத்தது. நேர்மையாக உழைத்தேன், கடைப் பையன் என்ற இடத்திலிருந்து, மெல்ல மெல்லமாக பொறுப்புகள் கூடின. இரண்டு வருடத்தில் அந்தக் கடையைத் தனியாக நிர்வகிக்கும் அளவு தேர்ந்திருந்தேன். திடீர் என்று அரிசிக் கடை முதலாளியின் உடல் நிலை மோசமானது. அவர் இறக்கும் தறுவாயில் கடையைக் கொடுத்து என்னை முதலாளி ஆக்கினார். இனி ஓடுகாலி வாழ்க்கை கிடையாது என்று நிம்மதி அடைந்தேன்.

இரண்டாம் உலகப் போர் நடந்து கொண்டிருந்த சமயம். கொரியா மீது ஜப்பானின் ஆதிக்கம் இருந்தது. அரிசிக் கடையை எல்லாம் அவர்கள் ஜப்தி செய்து கொண்டார்கள். மீண்டும் ஊர் போய் சேர்ந்தேன். சிறிது காலம் கழிந்திருந்தது. இந்த முறை ஜெயித்தே ஆக வேண்டும் என்ற சபதத்தோடு கிளம்பினேன். என்ன மாதிரியான தொழிலை ஆரம்பித்தால், ஜப்பானியர்கள் ஆக்கிரமிக்க மாட்டார்கள் என்று தேடினேன். பல யோசனைகளுக்குப் பின்னர், வங்கியில் கடன் வாங்கி கார் மெக்கானிக் கடை ஆரம்பித்தேன்.

எனக்கு மெக்கானிக் வேலை தெரியாது. அதனாலென்ன வேலை தெரிந்தவர்களை ஒப்பந்த அடிப்படையில் வேலைக்கு வைத்தேன். இருபது பேர் எழுபது பேர் ஆனார்கள். விரைவில் வண்டிகளைக் குறைந்த விலையில் சரி செய்து கொடுத்தேன். எல்லாம் சரியாகப் போய்க் கொண்டிருந்தது. வேலையாள் ஒருவர், புகைத்து விட்டு, அணைக்காமல் அதை அப்படியே அங்குப் போட்டதால், கடை தீக்கிரையானது. மிச்சம் மீதி எதுவும் இன்றி எல்லாம் போனது. நான்கு வண்டிகள் உட்பட. இனி வங்கியில் கடன் வாங்க முடியாத நிலை. அந்த ஊரில் இருந்த செல்வந்தரிடம் கடன் வாங்கி புதிய தொழிலை ஆரம்பித்தேன். பெரிய மெக்கானிக் கடை. வளர்ந்து வந்தது. ஜப்பானியர்கள் ஒரு கட்டத்தில் அதை அவர்கள் ஸ்டீல் நிறுவனத்தோடு இணைத்துக் கொண்டார்கள்.

ஆரம்பித்த இடத்திற்கே காலம் என்னை மீண்டும் மீண்டும் கொண்டு சென்றது. மனம் சோர்ந்து போனாலும், அடுத்து என்ன செய்ய வேண்டும் என்று ஓயாமல் யோசித்துக் கொண்டிருந்தது. அமெரிக்கர்கள், ஜப்பானியர்களோடு போர் செய்ய ஆயத்தங்களோடும், இராணுவத்தோடும் வந்தார்கள். அவர்களுக்குக் கூடாரம் மற்றும் கிடங்கிற்கான அவசியமிருக்கும் என்று எண்ணினேன். கட்டட வேலையில் இருந்த அனுபவம் கை கொடுத்தது. ஹூண்டாய் சிவில் இண்டஸ்ட்ரியை ஆரம்பித்தேன்.

இராணுவத்தளத்திலிருந்து ஆரம்பித்து அவர்களுக்குத் தேவையான வசதிகள் எல்லாமும் செய்து கொடுத்தேன். நல்ல பெயர் கிடைத்தது. போர் முடிந்த பின்னரும் அமெரிக்கர்கள் என்னைத் தேடி வந்து சில வேலைகளை ஒப்படைத்தார்கள். கொரியா விடுதலையானது. வட கொரியா, தென் கொரியா என்று இரண்டாகப் பிரிந்தோம். தென் கொரியாவிற்குப் புதுப் பொலிவு கொடுக்க அரசாங்கம் முடிவு செய்தது. கட்டட ஒப்பந்தங்கள் ஒன்றன் பின் ஒன்றாக வர ஆரம்பித்தன. தென் கொரிய சாலைகள் முதற்கொண்டு அணைகள் வரை கட்டினோம்.

எனக்கு ஐம்பது வயதாகி இருந்தது. இப்போது அந்தக் கனவு என்னை வேகமாகத் துரத்த ஆரம்பித்தது. நான் ஆசையாகப் போட்ட சாலையில் வண்டிகளைப் பார்க்க ஆசைப்பட்டேன். ஹூண்டாய் மோட்டர்ஸ் நிறுவனம் ஆரம்பமானது. முதலில் ஃபோர்ட் நிறுவனத்தோடு இரண்டு வருடங்கள் ஒப்பந்தம்

போட்டோம். காரை அசெம்பிள் செய்யும் வேலையை எங்கள் நிறுவனம் செய்தது. நாங்களும் வாகனம் உற்பத்தி செய்யப் போகிறோம் என்பதை தெரிந்து ஃபோர்ட் ஒப்பந்தத்தை ரத்து செய்தது.

இப்போது கொரியாவின் விலை மலிவான போணியோ காரை உற்பத்தி செய்தோம். முப்பதாயிரம் கார்கள் இருந்தால் போதும்... கொரியாவின் தேவை முடிந்து விடும். ஆனால் லாப நோக்கில் பார்க்கும் போது அது போதுமானதாக இல்லை. போணியோ-2-வைத் தயாரித்து அமெரிக்காவிற்கு ஏற்றுமதி செய்தோம். எண்ணெய்ப் போர் ஆரம்பித்திருந்த சமயம், நான் எதிர்பார்த்தது போல் போணியோ-2 சரியாகச் செல்லவில்லை. மீண்டும் முயற்சி செய்யவும், உழைக்கவும் என்னோடு சேர்ந்து என் நிறுவனமும் தயாரானது.

கியா மோட்டர்ஸ் உடன் சேர்ந்து தயாரித்த கார்கள் அமெரிக்காவில் சக்கைப் போடு போட்டன. வீட்டை விட்டு எதை நோக்கி ஓடி வந்தேனோ அந்தக் கனவு ஒரு நாளில் நிறைவு பெறவில்லை. நிறையக் காலம் எடுத்தது. விழுந்து விழுந்து எழுந்தேன், கற்றேன், உழைத்தேன் அதன் பின்புதான் அனைத்தும் சாத்தியமாயின.

சுங் ஜூ யுங்

34. துணை வந்த செயற்கைக் கால்

நடுத்தரக் குடும்பத்தில் பிறந்தவர்களுக்கு அதிகபட்சக் கனவாக என்ன இருக்குமோ அதுதான் எனக்கும் இருந்தது. ஒரு வேலை. மதிப்பைக் கொடுக்கும் ஒரு துறை. கை நிறையச் சம்பளம். படிப்பைவிட விளையாட்டில் இருந்த என் ஈடுபாடு என் சின்ன ஆசைக்கு வழி செய்தது. தேசிய அளவில் கூடைப் பந்து விளையாடியதால் அரசு வேலைக்கு என்னைத் தயார் செய்து வந்தேன். மத்தியத் தொழில்துறை பாதுகாப்புப் படையில் சேரவேண்டும் என்று முடிவெடுத்தேன். அதற்கான பரீட்சை எழுத டெல்லி செல்ல வேண்டியிருந்தது.

லக்னோவிலிருந்து கிளம்பி டெல்லி செல்ல பத்மாவதி எக்ஸ்ப்ரஸில் ஏறினேன். மனம் முழுக்க வேலை குறித்த கனவு. அப்பா இல்லாத வாழ்க்கையில் அம்மா செய்த தியாகத்துக்கு எல்லாம் ஒரு பலன் கிடைக்கப் போகிறது என்று உற்சாகமாக இருந்தேன்.

இரயில் பெட்டியில் எல்லாம் தூங்கத் தயாரானார்கள். நானும் என் பெர்த்தில் ஏறி சிறிது நேரம் கண் மூடினேன். திடீரென்று கொள்ளையர்கள் எங்கள் பெட்டியில் களேபரம் செய்ய ஆரம்பித்தார்கள். என் கழுத்தில் இருந்த சின்ன தங்கச் சங்கிலியை எடுக்க என்னிடம் வந்தார்கள். நான்கு பேர் மட்டுமே இருந்தார்கள். நான் தர மறுத்தேன். என் அம்மா சிறுகச் சிறுக சேகரித்து

வாங்கிய சங்கிலியைத் தூக்கிக் கொடுக்க மனம் வரவில்லை. நான் எதிர்த்தேன். அவர்களோடு போராடினேன். அங்கு நின்ற யாரும் எனக்காக முன் வரவில்லை. தங்கச் சங்கிலியைத் தர மறுத்ததால் நால்வரும் என்னைத் தூக்கி ஓடும் இரயிலிலிருந்து வெளியே வீசினார்கள்.

அவர்கள் வீசும் போது எதிரே இன்னொரு இரயில் வந்து கொண்டிருந்தது. அதிர்ச்சியில் எங்கு விழுந்தேன் எப்படி விழுந்தேன் என்று ஞாபகம் இல்லை. இரண்டு இரயில் பாதைக்கு நடுவில் கிடந்தேன். எப்படியாவது அங்கிருந்து எழுந்து விட வேண்டும் என்று முயற்சி செய்தேன். முடியவில்லை. வலது கால் முட்டியிலிருந்து முறிந்து கால் தொங்கிக் கொண்டிருந்தது. இன்னொரு காலில் எலும்பு சதை எல்லாம் கிழிந்து வெளியே தெரிந்தது. முதுகு, கழுத்து என்று எல்லா இடத்திலும் வலி மட்டுமே. அசைவின்றிக் கிடந்த என் காலை எலிகள் கொறிக்க ஆரம்பித்தன. என்னைக் கடந்து இருபுறமும் நாற்பதுக்கும் மேற்பட்ட இரயில்கள் சென்றன.

இரவு முழுக்க யாராவது உதவிக்கு வருவார்களா என்று காத்துக் கொண்டிருந்தேன். பயனில்லை. விடியற்காலை என் சிதைந்த உடம்பைப் பார்த்த ஒரு சிறு பையன் ஊர் மக்களை அழைத்து வந்தான். பக்கத்திலிருந்த மருத்துவமனைக்கு மாட்டு வண்டியில் அழைத்துச் சென்றார்கள். அங்கு சரியான வசதி இல்லாததால் ஆம்புலன்ஸ் மூலம் இன்னொரு மருத்துவமனைக்கு அனுப்பப்பட்டேன்.

என்னைப் பார்த்தவுடன் மருத்துவர், "உயிர் பிழைக்க வேண்டும் என்றால் வலது காலை நீக்க வேண்டும்" என்றார். ஆனால் மயக்க மருந்து தரும் மருத்துவரை அப்போது தொடர்பு கொள்ள முடியவில்லை. ஓர் இரவு முழுக்க வலியில் இருந்தவளுக்கு மயக்கமற்ற அறுவை சிகிச்சை பெரிதாக இருக்காது என்று மருத்துவர்களை ஒப்புக் கொள்ள வைத்தேன். அந்த மருத்துவமனையில் இருந்த என் இரத்தப் பிரிவினர் ஒவ்வொருவரும் இரத்ததானம் செய்தார்கள்.

அக்கா, மாமா அனைவரும் வந்து சேர்ந்தார்கள். ஒரு விளையாட்டு வீராங்கனைக்கு இந்த நிலைமை என்றால் மற்றவர்களுக்கு என்ன நேரிடும் என்ற கோபமானார்கள். பத்திரிக்கை, ஊடகங்கள் மூலம் அரசுக்குச் செய்தி சென்றது. ஏ.ஐ.எம்.எஸ்

மருத்துவமனையில் செயற்கைக் கால் பொருத்தப்பட்டது. நான்கு மாதம் மருத்துவமனையில் இருந்தேன்.

என்னைச் சுற்றி என்ன நடக்கிறது என்பதெல்லாம் ஒரு பொருட்டே அல்ல. நடந்தால் போதும் என்றுதான் தோன்றியது. நான் தற்கொலைக்கு முயற்சி செய்தேன், டிக்கெட் இல்லாமல் பயணம் செய்தேன், காதல் தோல்வி என்று ஆயிரம் கிசுகிசுக்கள் என்னைச் சுற்றி வலம் வந்தன. இவை அனைத்துக்கும் பதில் சொல்ல முடியாது. ஒன்றைச் செய்ய வேண்டும் அது பதிலாக இருக்க வேண்டும் என்று எண்ணினேன்.

நடக்க முடியுமா? முடியாதா? என்று மருத்துவர்கள் யோசித்தார்கள். நான் எவரெஸ்ட் சிகரம் ஏற வேண்டும் என்று முடிவு செய்தேன். பைத்தியமாகி விட்டேனோ என்ற சந்தேகம் மருத்துவர்களுக்கு வந்தது. மனநல மருத்துவர்கள் வந்தார்கள். ஆலோசனை தந்தார்கள். சரியாக நடக்க இரண்டு வருடமாகும் என்ற எதார்த்தத்தைப் புரிய வைக்க முயன்றார்கள். மனதால் நான் எவரெஸ்ட் சிகரத்தை ஏற ஆரம்பித்துவிட்டேன் என்று எப்படிச் சொல்ல? இரண்டு மாதங்களில் இயல்பாக நடக்க ஆரம்பித்தேன். என் மனவலிமை அதைச் சாத்தியப்படுத்தியது.

மருத்துவமனையிலிருந்து நேராகக் கிளம்பி, எவரெஸ்ட் சிகரத்தில் கால் பதித்த முதல் பெண்ணான பச்சேந்திரி பால் வீட்டிற்குச் சென்றேன். என் நிலைமையைப் பார்த்தார். என் இலக்கைப் புரிந்து கொண்டார். என்னிடம் அவர் சொன்னது, “அருனிமா, நீ மனதால் எவரெஸ்ட்டை அடைந்து விட்டாய், இனிவரும் தடைகள் ஒரு பொருட்டல்ல” என்றார்.

என்ன செய்ய வேண்டும், எப்படிச் செய்ய வேண்டும். என்று ஒவ்வொன்றாகச் சொல்லி, வழிகாட்டி உதவினார். பயிற்சியில் ஆரம்பித்து, அரசிடம் இருந்து அனுமதி வாங்குவது வரை அனைத்துக்கும் பக்க பலமாக இருந்தார்.

இரண்டு வருடங்கள் என்னைச் சுற்றி எவெரெஸ்ட் கனவு மட்டுமே இருந்தது. பல சமயங்களில் என் செயற்கைக் கால்களிலிருந்து இரத்தம் வழியும். கால்கள் வீங்கும், வலி உயிரைக் கொஞ்சம் கொஞ்சமாகப் பிழியும். எல்லாவற்றுக்கும் மனம் பழகிப் போயிருந்தது. இரண்டு கால்களை வைத்துக் கொண்டு மற்றவர்கள் செய்வதை நான் ஒரு காலில் செய்யப் பழகி இருந்தேன்.

நான் உயிருடன் இருக்க நினைத்தது, காய்ந்து போன காய்கறிகளைப் போல் அல்ல. மாறாக மற்றவர் நிமிர்ந்து பார்க்கும்படி வாழ. எதற்காகக் காத்துக்கொண்டிருந்தேனோ அந்த நாளும் வந்தது. 'ஷெர்பா' என்ற வழிகாட்டிகள் ஒவ்வொரு மலை ஏறுபவருடனும் இருப்பார்கள். எனக்கும் ஒரு ஷெர்பா இருந்தார்.

எவரெஸ்ட் சிகரம் தொட வேண்டும் என்றால், நான்கு கேம்ப்களை முதலில் ஏற வேண்டும். செய்த ஒவ்வொரு பயிற்சியும் மன திடமும் எனக்கு கை கொடுத்தது. கேம்ப் மூன்றை அடையச் சிறிது தூரம் இருந்தது. என் செயற்கைக் கால் அதன் இடத்திலிருந்து நகர்ந்தது. மூடுகாலணிக்கு முன் கூர் முனை இருக்கும், அதை வைத்துப் பனி மலையில் காலால் ஒரு துளையைப் போடுவோம். அதில் கால் வைத்து கயிற்றைப் பிடித்துக்கொண்டு மேலே ஏறுவோம். என் செயற்கைக் காலால் அந்த வேலையை செய்ய முடியாது என்று ஷெர்பாவுக்குத் தோன்றியது. “அருனிமா, திரும்பிவிடலாம். அடுத்த வாய்ப்பு கிடைத்தால், நீ சிகரம் தொடுவாய்” என்றார்.

என் கால்களை எப்படிப் பழக்கி இருக்கிறேன் என்று எனக்குத் தெரியுமல்லவா? ஒற்றைக் கையில் கயிறைப் பிடித்து, இன்னொரு கையால் அந்தச் செயற்கைக் காலை சரியான இடத்தில் பொருத்தினேன். மூன்றாவது கேம்ப் வந்துவிட்டது. மேலே செல்லச் செல்ல அபாயம் அதிகம் என்று தெரியும். அதற்கு முதல் சாட்சியாகச் சிலர் அங்கு மரணித்து இருந்தார்கள். மனம் கொஞ்சம் பீதியடைந்தது. ஆனால் என் இலட்சியம் எனக்கு வேண்டிய அனைத்தையும் கொடுத்தது.

மேலே ஏறினேன். அவ்வப்போது என் கால்கள் வீங்கிப் போயின. என் செயற்கைக் கால் அதன் இடத்திலிருந்து நகர்ந்து கொண்டிருந்தது. ஆனால் நான் அடி மேல் அடி வைத்து ஏறிக் கொண்டிருந்தேன். நான்காவது கேம்பை டெத் ஜோன் என்று அழைப்பார்கள். பனியில் பார்க்கும் இடமெல்லாம் சிவப்பு நிறத்தில் இரத்தம் தெளித்து இருந்தது. பலர் பனிக்குள் சமாதி ஆகி இருந்தார்கள். திரும்பும் இடமெல்லாம் சடலங்கள். இப்போதும் எனது ஷெர்பா திரும்பி விடலாம் அருணிமா என்று சொன்னார். அது எனக்குத் தந்த எரிச்சல் என் மனதை மேலும் திடமாக வைத்தது. என் வைராக்கியம் பூதமாகப் பெரிதாகிக் கொண்டே வந்தது.

கேம்ப் நான்கை அடைந்து விட்டோம், "இனி திரும்ப மாட்டேன், நீங்கள் வேண்டும் என்றால் என்னை விட்டுச் செல்லுங்கள்" என்று சொல்லிவிட்டு ஏறினேன். ஷெர்பாவுக்கு என் மீது கோபம். யாராக இருந்தாலும் அப்படித் தான் கோபமாகி இருப்பார்கள். அவருக்கு அவர் உயிர் முக்கியமல்லவா? இருந்தாலும் என்னைத் தொடர்ந்தார்.

மூவாயிரத்து ஐந்நூறு அடி ஏறினால் போதும், இந்தியக் கொடியை நட்டுவிடலாம். ஆக்ஸிஜன் குறைந்து கொண்டு வந்தது. மேலே ஏறினேன். கொடியை நாட்டினேன். ஷெர்பாவிடம், கேமராவைக் கொடுத்து படம் எடுக்கச் சொன்னேன். "ஆக்ஸிஜன் குறைகிறது நீ படம் எடுக்கச் சொல்கிறாய்" என்று கோபமானார். நான்கு கேமராக்களை என் கால்சட்டையில் வைத்திருந்தது அப்போது தான் அவருக்குத் தெரிந்தது. ஒன்று வேலை செய்யவில்லை என்றால் இன்னொன்று என்று அந்த ஏற்பாடு செய்திருந்தேன். எரிச்சலுடன் படம் எடுத்தார். காணொளி எடுக்கச் சொன்னேன், கேமராவைக் கீழே போட்டார். "நான் செல்கிறேன், நீ என்ன செய்ய வேண்டுமோ செய்" என்றார்.

காணொளிக்கான காரணம் ஒன்றே ஒன்றுதான், ஒரு வேளை நான் உயிருடன் கீழே திரும்ப முடியவில்லை என்றால், நான் எவரெஸ்ட் ஏறி இருக்கிறேன் என்பதற்கு அதுதான் அத்தாட்சி. அப்போதுதான் நான் நினைத்த அந்தப் பதிலை என்னை ஏசியவர்களுக்குத் தர முடியும் என்ற முடிவை முன்பே எடுத்திருந்தேன்.

ஷெர்பா காணொளியை பதிவு செய்தார். கீழே இறங்கினோம். சில அடி தூரம் இறங்கினேன். என் ஆக்ஸிஜன் தீர்ந்து போனது. நான் வேர் அற்ற செடியைப் போல் சாய்ந்தேன். என் ஷெர்பா என்னைத் தூக்கி நிற்க வைப்பார். இரண்டடியில் மீண்டும் சரிந்தேன். ஷெர்பாக்கள் மலை ஏறுபவர்களுடன் கடைசி வரை இருப்பார்கள். சில சந்தர்ப்பங்களில் மரணங்கள் நிகழும். அவர்கள் விட்டு இறங்கி விடுவார்கள். ஆங்கிலேயர் ஒருவர் மேலே ஏறிக் கொண்டிருந்தார். அவரிடம் இரண்டு ஆக்ஸிஜன் சிலிண்டர்கள் இருந்தன. அவர் சுமையைக் குறைப்பதற்காக ஒன்றைத் தூக்கி எறிந்தார். ஷெர்பா ஓடிச் சென்று அதைக் கொண்டு வந்து எனக்குக் கொடுத்தார். இறங்கினோம். இந்தியா முழுக்க நான் எவரெஸ்ட் ஏறிய தகவல் பரவியது.

எனக்குப் பொருளுதவி செய்த டாடா நிறுவனம் மட்டுமல்ல பிரதமர், உத்திரப் பிரதேசத்தின் முதல் அமைச்சர் அனைவரும் என்னைப் பாராட்டினார்கள். பலருக்கு எடுத்துக்காட்டானேன். ஆசியாவில் இருக்கும் எவரெஸ்ட்டை மட்டுமல்ல ஆப்பிரிக்காவில் கிளிமாஞ்சாரோ, ஐரோப்பாவில் எல்ப்ரஸ் மலை, ஆஸ்திரேலியாவில் கொஸ்கியுஸ்கோ, தென் அமெரிக்காவில் உள்ள அகான்காகுவா, இந்தோனேசியாவில் கார்ஸ்டென்ஸ் மலை என்று ஆறு மலைகளை ஏறியுள்ளேன். ஊனம் என்பது உடலில் அல்ல, மனத்தில்தான் இருக்கிறது என்பதை உணர்ந்தால் போதும் எல்லாம் சாத்தியம்.

அருணிமா சின்ஹா

35. இரண்டு ரூபாயிலிருந்து கோடிகள்

வாழ்க்கை மீது ஆயிரம் அதிருப்திகள் எனக்கு. "பெண் பிள்ளையைச் சீக்கிரம் திருமணம் செய்து கொடு, இல்லை என்றால் விஷத்தை வீட்டில் வைப்பதற்குச் சமம்" என்று உற்றார் உறவினர்கள் அப்பாவிடம் கூறினார்கள். அப்பா காவல்துறையில் அலுவலர். முந்நூறு ரூபாய் சம்பளத்தில் தம்பி, அம்மா, அப்பா, குடும்பம் என்று அனைவரையும் பார்த்துக் கொண்டார். பாதி மனதாக மாமா கொண்டு வந்த வரனுக்கு என்னை மணமுடித்துக் கொடுத்தார். அப்போது எனக்குப் பன்னிரண்டு வயது. நன்றாகப் படித்த என்னை மாமியார் வீட்டுக்கு அனுப்பி வைத்தார்கள்.

சரி, திருமணம் முடிந்தது. அந்த வாழ்க்கையையாவது நிம்மதியாக வாழலாம் என்று எண்ணினேன். வீட்டு வேலைக்காரியாக மாற்றினார்கள். பத்துப் பன்னிரண்டு பேருக்கு உணவு சமைக்க வேண்டும். சொப்பு சாமான் வைத்து விளையாட வேண்டிய வயதில் நான் உண்மையான சூடுகளை வாங்கினேன். அடுக்களையில் படும் பாடு போதாது என்று மாமியார், கணவன் என்று வரிசைகட்டி அடிப்பதும், திட்டுவதும் என்னைச் சக்கையாகப் பிழிந்திருந்தது.

ஆறு மாதம் கழித்து அப்பா என்னைப் பார்க்க வந்தார். என் நிலையைப் பார்த்து, வீட்டுக்கு அழைத்து வந்தார். நடந்ததை எல்லாம் கெட்ட கனவாக எண்ணி மறந்துவிடு என்று கூறினார்.

எப்படி மறக்க முடியும்? வாங்கிய அடியும், பட்ட அவமானங்களும் ஆறாத ரணங்களாக என்னைக் குடைந்து கொண்டிருந்தன. அப்பா மீண்டும் என்னைப் பள்ளியில் சேர்த்தார். திருமணம் நடந்த பின்னர் அம்மா வீட்டில் வாழாவெட்டியாக இருப்பதை விட, செத்துப் போவது மேல் என்று மக்கள் நினைத்தார்கள். என் வகுப்புத் தோழிகள் என்னை எள்ளி நகையாடினார்கள்.

அப்பாவைத் தவிர்த்து அனைவரும் என்னை அசிங்கமாக அவமானமாகப் பார்த்தார்கள். எதற்காக வாழவேண்டும்? யாருக்காக வாழவேண்டும்? மனம் அலைபாய்ந்து கொண்டிருந்தது. செத்துவிட்டால் எல்லாம் முடிந்து விடும் என்று நம்பினேன். எப்படிச் செத்துப் போவது? சுலபமான வழி, மூட்டைப் பூச்சி மருந்தை சாப்பிட்டு விடலாம் என்று முடிவெடுத்தேன். மூன்று பாட்டில் மருந்தை ஒரே நேரத்தில் குடித்தேன். எப்படியோ என்னை மருத்துவர்கள் காப்பாற்றி விட்டார்கள். மருத்துவமனையில் வந்து பார்த்த உறவுக்காரர்கள் என்னைத் திட்டினார்கள். அவர்கள் வருத்தம் நான் இறந்திருப்பேன் என்பது அல்ல. அப்பாவுடைய மானம் போயிருக்கும். ஊர் கதைகட்டி இருக்கும். அப்போது ஒன்று புரிந்தது. நான் இருப்பதும் இல்லாமல் போவதும் அவர்களுக்கு ஒன்றே. எப்படியும் பேசுவார்கள்.

எப்படியாவது வாழ வேண்டும். வழியற்ற பாதை மட்டுமே என் முன் இருந்தது. பெண், அதுவும் தலித், அத்துடன் படிப்பறிவு இல்லாதவள். அப்பா காவல்துறையில் இருந்ததால், நானும் காவல் துறையில் இணையலாம் என்று நினைத்தேன். ஏழாவது கூட முடிக்கவில்லை. பதினெட்டு முடியவில்லை என்று அனுப்பினார்கள். செவிலியர் வேலைக்குப் போகலாம் என்றால், அதற்கும் படிப்பு இல்லை. எதற்கும் பிரயோஜனம் இல்லை என்று முடிவுக்கு வந்தேன். கொஞ்சம் தையல் கற்றிருந்தேன். அதை வைத்து ஏதாவது செய்யலாம் என்ற யோசனை வந்தது.

ஒரு ஜாக்கெட் தைத்துக் கொடுத்தால் பத்து ரூபாய் கிடைக்கும். மூன்று தைத்தால் முப்பது ரூபாய். ஒரு மாதத்திற்கு கணக்குப் போட்டால் அப்பாவின் சம்பளத்தைவிட அதிகம் கிடைக்கும் என்று கணக்கு போட்டேன். இதெல்லாம் நடக்கவேண்டும் என்றால் கிளம்பி மும்பைக்குப் போக வேண்டும். வீட்டில் சொன்னேன். அம்மா அனுப்ப மறுத்தார். ஒன்று மும்பை போக

வேண்டும் இல்லையென்றால் ரயிலுக்குப் பலியாகவேண்டும் என்றேன். அம்மா பதறிப்போனார். மும்பையில் இருக்கும் சித்தப்பா வீட்டுக்கு அனுப்பி வைத்தார். அவர் இரயில் ப்ளாட்பாரத்துக்கு பக்கத்தில் ஒரு குடிசையில் தங்கி இருந்தார்.

என்னைப் பத்திரமாக வேறோர் உறவுக்காரர் வீட்டில் தங்க வைத்தார். அப்படியே, ஆடை நிறுவனத்தில் வேலையும் கிடைத்தது. முதல் நாள் தையல் மெஷினிற்கு முன் உட்கார்ந்தேன். என் கால் வேலை செய்யவில்லையா அல்லது தையல் மெஷின் சரியில்லையா என்ற சந்தேகம் வந்தது. பதற்றத்தில் ஒரு தையல் கூட என்னால் போட முடியவில்லை. "என்ன மா தையல் தெரியும்னு சொன்ன? இப்ப ஒண்ணும் தெரியாதது போல் முழிக்கிற?" என்று என்னை வெளியே அனுப்பினார்கள். அய்யோ எனக்கு ஏதாவது வேலை கொடுங்கள் என்று கெஞ்சினேன். சரி உள்ளே வா என்று அழைத்து நூல் வெட்டும் வேலை கொடுத்தார்கள். எடுபிடி வேலை என்று வைத்துக் கொள்ளுங்கள்.

எனக்கு என் மேல் பொல்லாத கோபம் வந்தது. அதெப்படி எனக்கு அந்த மெஷினில் உட்கார்ந்து ஒன்றும் செய்ய முடியாமல் போனது என்று எரிச்சலானேன். பத்து நாள்கள் சென்று இருக்கும். தையல் வேலை செய்பவர்கள் டீ குடிக்க வெளியே போகும் போது, அந்த இடத்தில் நான் உட்கார்ந்து தையல் மிஷினை இயக்கினேன். இப்போது எல்லாம் சரியாக வந்தது. ஓடிச் சென்று அங்கிருந்த மேலாளரிடம், "சார், எனக்குத் தையல் வரும். நீங்க வேணும்னா பாருங்க" என்றேன். "ஒரு மாசத்துக்கு நூல் வெட்டும் வேலையைப் பாரு. அடுத்த மாசம் தையல் மிஷின் கொடுக்கிறேன்" என்று அனுப்பினார். ஒரு நாளைக்கு இரண்டு ரூபாய் கூலியாகக் கிடைத்தது.

தையல் வேலைக்குப் போன பின்னர் சம்பளம் கூடியது. அம்மா அப்பா தங்கை அனைவரையும் மும்பைக்கு அழைத்துக் கொண்டேன். ஏதாவது வேலை செய்து முன்னேறிவிடலாம் என்று நினைத்தேன். அப்போது தான் என் தங்கைக்குப் புற்று நோய் வந்திருப்பது தெரிந்தது. என்னால் முயன்ற அளவு சிகிச்சை செய்தேன். பணம் கையில் இருந்த அளவு, என்று வைத்துக் கொள்ளுங்கள். அவளும் நான் அவளை மீட்டுவிடுவேன் என்று எதிர்பார்த்தால், எல்லாம் பொய்த்துப் போனது. அவள் இறந்து

போனாள். பணம் இருந்திருந்தால் ஒரு வேளை அவளைக் காப்பாற்றியிருக்க முடியும் என்ற குற்ற உணர்ச்சி என்னை தின்று கொண்டிருந்தது. பணம் கண்டிப்பாக வேண்டும் என்று முடிவெடுத்தேன்.

அரசாங்கம் தலித் பெண்களுக்காக ஐம்பதாயிரம் கடன் கொடுப்பதாகக் கேள்விப்பட்டேன். அதை எப்படிப் பெற வேண்டும்? என்ன செய்ய வேண்டும் என்று ஒவ்வொருவரிடமும் கேட்டுக் கேட்டுச் செய்தேன். ஐம்பதாயிரம் கையில் கிடைத்தது.

தொழில் தொடங்க வேண்டும். இன்னும் இரண்டு மூன்று தையல் கருவிகளை வாங்கி போடலாமா? அல்லது பர்னீச்சர் கடை ஆரம்பிக்கலாமா? என்று யோசித்தேன். பர்னீச்சர் வியாபாரம் அந்தப் பகுதியில் நன்றாகப் போய்க் கொண்டிருக்கிறது என்று தெரிந்தது. அதை ஆரம்பித்தேன்.

தொழில் சரியாகப் போய்க் கொண்டிருந்தது. என்னைப் போன்ற மற்றவர்களுக்காக என்.ஜி.ஓ ஆரம்பித்து தையல், மற்றும் பல தொழில்களுக்கு வழி காட்டினேன்.

அப்போது ஒருவர் என்னைத் தேடி வந்து, “கல்பனா ஜி, என் இடத்தை வாங்கிக்கொள்ளுங்கள்” என்று கேட்டார். கையில் ஐந்து பைசா இல்லாத நேரம். ஆனால் அவருக்கு அவசரமாக இரண்டரை லட்சம் ரூபாய் தேவையாக இருந்தது. அவருக்கு உதவலாம் என்று ஒரு லட்ச ரூபாயை நண்பர்களிடம் வாங்கித் தந்தேன். மிச்சப் பணத்தைச் சிறிது நாள்களில் கொடுத்துவிட்டேன். அதற்குப் பின்னர் தான், அந்த இடத்தில் இருக்கும் வில்லங்கம் பற்றித் தெரிந்தது. இரண்டு வருடங்கள் போராடி ஒவ்வொன்றாகச் சரி செய்து மீட்டெடுத்தேன். இப்போது அதன் விலை ஐம்பது லட்ச ரூபாய். வீடு கட்ட பணம் கையில் இல்லை. எனக்குத் தெரிந்த சிந்தி நண்பருக்கு அதைக் கொடுத்துக் குடியிருப்புகள் கட்டச் சொன்னேன். வீடு விற்று கோடிகள் வந்தன.

இப்படிக் கிடைக்கும் வாய்ப்புகளை எல்லாம் பயன்படுத்தினேன். அனுபவம் கிடைத்தது. தோல்விகளை முதலில் சந்தித்துத் தெளிந்தேன். காமானி ட்யூப்ஸ் என்ற மிகப் பழமையான நிறுவனம் கடனில் மூழ்கி இருந்தது. உச்ச நீதிமன்றம் அதன் பணியாளர்களிடம் நிறுவனத்தை நடத்தக் கட்டளையிட்டது.

முந்நூறு பணியாளர்கள் எப்படி நிர்வகிப்பார்கள்? அவர்கள் என்னைத் தேடி வந்தார்கள். எனக்கு அந்தத் தொழிலைப் பற்றி சின்னப் புரிதல் கூட இல்லை. என் மீது அவர்களுக்கு இருந்த நம்பிக்கை, எனக்கு என் மீது இருந்த நம்பிக்கை இப்படி ஏதோ ஒன்று.... அவர்கள் வேண்டுகோளை ஏற்றுக் கொள்ள வைத்தது.

பல நூறு கோடிக் கடனை எப்படி அடைப்பேன்? என்று கடனைப் பற்றிய கவலை என்னைத் தொற்றிக் கொண்டது. வங்கிகளிடம் பேசினேன், அமைச்சர்களிடம் விண்ணப்பித்தேன். நன்றாகப் போனால் கடன் கட்ட முடியும் இல்லை என்றால் யாருக்கும் லாபம் இல்லை என்பதைப் புரிய வைத்தேன். ஓரளவு நிலைமை சீர் ஆனது. அதற்குள் மற்ற வெளியாட்கள் அதை ஆக்கிரமிக்க நினைத்தார்கள். உயிரையும் எடுப்போம் என்று பயம் காட்டினார்கள். மரணத்தைப் பக்கத்திலிருந்து பார்த்தவளுக்கு இது எல்லாம் ஒரு விஷயமா? என் இலக்கை நோக்கித் தெளிவில்லாமல் பயணத்தை ஆரம்பித்தாலும் அனுபவம் பல பாடங்களை கற்றுக் கொடுத்தது. இரண்டு வருடங்களில் கடனை அடைத்தேன். அந்த நிறுவனத்தில் முக்கிய பொறுப்பும் என்னைத் தேடி வந்தது.

இன்று நான் ஆரம்பித்த பல தொழில்கள் நல்ல முறையில் போய்க் கொண்டுள்ளன. பயந்து எதையும் முயற்சி செய்யாமல் இருந்திருந்தால் ஏதோ ஒரு குடிசையில் மூன்று வேளைச் சாப்பாட்டுக்கு மட்டும் வழி செய்தபடி வாழ்ந்திருப்பேன். இன்று பல குடும்பங்களுக்கு வழிகாட்டியாக இருக்கிறேன்.

கல்பனா சரோஜ்

36. பென் ஃபவுண்டைன்

வாழ்க்கையில் அனைவருக்கும் ஒரு கட்டத்தில் ஆசை அல்லது கனவு வரும். எனக்கு வந்த கனவு அயர்ச்சியில்கூட கண் மூடவிடவில்லை. கலைந்து போகும் மேகம் போல் இருக்கும் என்று நினைத்ததேன். எதையும் நான் செய்யவில்லை. அதுவே எல்லாவற்றையும் செய்ய வைத்தது.

பி.ஏ. ஆங்கிலம் படிக்கும் போதே இரண்டு கனவுகள் வந்தன. ஒன்று நல்ல படம் எடுக்க வேண்டும். அப்போது அமெரிக்காவின் இளைஞர்கள் பலரது கனவாகவும் அது இருந்தது. இன்னொன்று எழுதவேண்டும். படம் கூட எடுத்துவிடலாம் ஆனால் எப்படி எழுதுவது? அந்தக் கனவு ஒருவிதமான அச்சத்தைக் கொடுத்தது. எதற்கு வம்பு என்று கனவை வலுக்கட்டாயமாக மறந்தேன். டூக் சட்டக் கல்லூரி மாணவனாகச் சேர்ந்தேன். காலம் போனதே தெரியவில்லை. படித்து முடித்தேன். சட்டம் படித்து முடித்த ஒவ்வொருவரின் கனவு, ஆக்கின் நிறுவனத்தில் ஒரு வேலை அவ்வளவே. அந்த யோகம் எனக்குக் கிடைத்தது. ஆக்கினின் சட்டத் துறையில் வேலை. கை நிறையச் சம்பளம்.

இது போதாதா? பெற்றோர்கள் பெண் பார்க்க ஆரம்பித்து விட்டார்கள். திருமணமும் நடந்தது. ஒரு சாதாரண மனிதன் வாழ்க்கையில் நடக்கும் அனைத்தும் என் வாழ்க்கையிலும்

நடந்தது. இல்லறம், மக்கள் என்று வருடங்கள் கழிந்தன. ஒரு நல்ல கணவனாக, மகனாக, அப்பாவாக வாழ்க்கை சென்று கொண்டிருந்தது. முன்பொரு நாள் கண்ட கனவு சத்தமில்லாமல் என் இரவை ஆக்கிரமித்தது.

காலையில் வேலை இரவில் எழுத்து. ஒரு நாள் இரண்டு நாள் அல்ல ஐந்து வருடங்கள் இதே பாடுதான். ஒரு நாவல் எழுத வேண்டும் என்று தோன்றியதால் ஆரம்பித்த பழக்கம் அது. ஆனால் போகப் போக எழுத்து என்னை உள்ளே இழுத்துக் கொண்டது.

இரவு ஏன் விடிகிறது? இன்னும் கொஞ்ச நேரம் நீடித்தால் மேலும் இரண்டு பக்கம் எழுதுவேன் என்று ஏங்கினேன். கவலைகளின்றி வேலைக்குப் போனவன் கண்களில் கரு வளையங்கள் பளிச்சென்று தெரிந்தது. தூக்கமோ அசதியோ காலையில் அலுவலகம் சென்று விடுவேன். எனக்குள் நடந்த இரவு பகல் போராட்டங்கள் யாருக்குத் தெரிந்ததோ இல்லையோ மனைவிக்குத் தெரிந்தது. என் நிலைமையை நினைத்துப் பதறினாள். தூக்கம் இல்லாமல் ஒரு பக்கம் வேலை மறுபக்கம் எழுத்து என்று நான் பாதியாகி இருந்தேன். அவளுக்கு ஒன்று மட்டும் புரிந்தது. எனக்கு எழுத வேண்டும். இரவு மட்டுமல்ல, இருபத்தி நான்கு மணி நேரமும் எழுத வேண்டும்.

"என்ன இப்ப... உனக்கு எழுதணும் அவ்வளவுதானே. நீ எழுது. என் சம்பளம் போதும் நம் குடும்பத்துக்கு. சமாளித்துக் கொள்ளலாம்" என்றாள்.

அந்த முடிவை ஒரு நாளில் அவள் எடுத்திருக்க மாட்டாள் என்று எனக்குத் தெரியும். இருந்தாலும் ஏதோ ஒரு குற்றஉணர்ச்சியில் தலை குனிந்தேன். அன்பாக என் தலையைக் கோதினாள்.

"இன்னைக்கே உன் வேலையை விட்டுடு. நிம்மதியா நீ எழுது" என்று ராஜினாமா கடிதம் எழுதும்வரை கூடவே இருந்தாள். அவள் நிம்மதி அடைந்தாள். நானும் அடைந்திருக்க வேண்டும். ஆனால் சொல்லமுடியாத அளவு அழுத்தம் என்னைப் பதற வைத்தது.

மலையின் உச்சியிலிருந்து குதிப்பவன் பையில் இருக்கும் பாராசூட், திறக்குமா? திறக்காதா? என்ற பயத்தில் இருப்பானே... அதே மன

நிலையில் இருந்தேன். என்ன ஆனாலும் குதித்துவிடு, பார்த்துக் கொள்ளலாம் என்று எழுத்து நம்பிக்கை கொடுத்தது.

மறுநாள் புதிதாக விடிந்தது. இப்பொழுது நான் முழுநேர எழுத்தாளன். காலை ஏழரை மணி முதல் மதியம் சாப்பிடப் போகும் வரை எழுதிக் கொண்டே இருந்தேன். பல சமயங்களில் முதுகு வலி படுத்தி எடுக்கும். இருபது நிமிடங்களுக்குச் சின்ன ஓய்வு. தரையில் படுத்து முதுகுக்கும் கைகளுக்கும் சிறிது ஓய்வு கொடுப்பேன். மீண்டும் எழுத்து. இப்படியே எத்தனை வருடங்கள் என்று தெரியவில்லை.

என்னுடைய அர்ப்பணிப்புக்கு அனைத்தும் அற்புதமாய் சென்றிருக்க வேண்டும். ஆனால் சொல்லிக் கொள்ளும் அளவு எதையும் எழுதவில்லை. அதுவே மன அழுத்தமாக மாறியது. நாற்பதாவது வயதில் ஒரு விரக்தி. மனைவியும் குடும்பமும் என்னைத் தேற்றினார்கள். அவர்கள் என் மீது வைத்திருக்கும் நம்பிக்கைக்காவது நான் எழுத வேண்டும் என்று ஒவ்வொரு முறையும் ஆரம்பித்தேன்.

ஒழுங்காக எழுத வேண்டும் என்றால், இதை அலுவலகப் பணி போல் பாவிக்க வேண்டும் என்று புரிந்தது. இரண்டு நாள் தீவிரமாக எழுதி மூன்றாவது நாள் எழுதாமல் இருப்பதெல்லாம் வேலைக்கு ஆகாது என்ற ஞானம் வந்தது.

வாரத்தில் ஐந்து நாள் ஒவ்வொரு நாளும் காலை ஏழரை மணிக்கு ஆரம்பிக்கும் எழுத்துவேலை மதியம் வரை நீடிக்கும். அதற்குப் பின் சின்ன இடைவேளை. மீண்டும் எழுத உட்கார்ந்தால் மூன்று மூன்றரை வரை செல்லும். பள்ளியிலிருந்து குழந்தைகள் வந்துவிட்டால் அவர்களைக் கவனித்துக் கொள்வதில் நேரம் போகும்.

எழுத உட்கார்ந்தால் கையில் பவுண்டைன் பேனாவும் காகிதமும் இருக்கும். எழுதிக்கொண்டு இருப்பதே இந்தப் பிறவியின் மோட்சம் என்பது போல் எழுதினேன்.

நாவலின் முதல் டிராஃப்ட் முடிந்தது. தட்டச்சு செய்ய ஆரம்பிக்கும் வேலை ஆரம்பமானது. அதற்குப் பின் தட்டச்சு செய்த தாள்களில் பென்சில் அல்லது பேனாவை வைத்துத் திருத்துவேன். இப்படி எத்தனை முறை செய்தேன் என்றெல்லாம் கணக்கில்லை. நாவல் முழுமை பெறும் வரை சரி செய்து கொண்டிருந்தேன்.

நாற்பத்தெட்டாவது வயதில் எல்லாம் தலைகீழானது. இரண்டு முழு நாவல்கள் தோல்வி. தோல்விகளை, எதிர்மறை எண்ணங்களை கடந்து வரப் பதினெட்டு வருடங்கள் ஆனது. அதற்குப் பின்னர் என் நாவல்கள் இலக்கிய உலகில் முக்கிய இடத்தைப் பெற்றன. ஆங்கில இலக்கிய உலகில் முக்கியமான பென் (PEN) விருது, ஹெமிங்வே விருது போன்ற பல விருதுகள் என் எழுத்தை அங்கீகரித்தன.

2012-ஆம் ஆண்டு வெளிவந்த Billy Lynn's Long Halftime Walk என்ற நாவலுக்குப் பல விருதுகள் கிடைத்தன. 2016-ஆம் ஆண்டு அது திரைப்படமாகவும் வெளிவந்தது.

இன்று டல்லாஸில் வசிக்கும் எனக்கு அறுபத்து நான்கு வயது. இன்றும் எழுதுவதற்கு அதே அட்டவணைதான். வெற்றி தோல்விகளைக் கடந்து ஒழுங்கைப் பிடித்துக் கொண்டால் வெற்றி நிச்சயம் என்பதற்கு என் கதை ஒரு சிறந்த எடுத்துக்காட்டாக இருக்கும்.

பென் ஃபவுண்டைன்

37. அர்னால்ட்

இரண்டாவது உலகப் போர் முடிந்து அனைவரும் ஓய்ந்து போய் இருந்தார்கள். ஜெர்மனியோடு சேர்ந்து ஆஸ்திரியாவும் தோற்றுப் போனது. பட்டினி, பஞ்சம், போர் ரணங்கள் என்று எத்திசை திரும்பினாலும் இருமை சூழ்ந்திருந்தது. அப்போது எனக்குப் பள்ளி செல்லும் வயது. அப்பாவிற்குக் காவல் துறையில் வேலை. என்னைச் சுற்றி இருக்கும் இறுக்கமான சூழலிலிருந்து என்னைக் காத்துக் கொள்ள ஒரே வழி கனவு காண்பது மட்டுமே. கண்களை விரித்துக் கொண்டு எனக்குப் பிடிக்கும் காட்சிகளைக் கனவு காண்பேன். அது எனக்கு ஒரு பொழுதுபோக்காகவே மாறிப்போனது.

பள்ளியில் ஒருமுறை அமெரிக்காவைப் பற்றிய ஆவணப்படத்தைத் திரையிட்டார்கள். நான் போக வேண்டியது அமெரிக்கா என்று முடிவு செய்தேன். எப்படிப் போவேன் என்றெல்லாம் அப்போது தெரியாது. என் நண்பர்களிடம் சொன்னேன், வீட்டில் சொன்னேன். என்னை வித்தியாசமாய் பார்த்தார்கள். ஆனால், என் ஆழ் மனத்தில் அந்த எண்ணம் பதிந்து போனது. காலம் சென்றது.

ஒரு நாள் பத்திரிக்கை ஒன்றை எடுத்துப் புரட்டும்போது, ரெக் பார்க் பற்றிய கட்டுரை இருந்தது. அவரும் என்னைப் போல் லண்டனிலிருந்து அமெரிக்கா சென்றிருக்கிறார். பாடி

பில்டராக, மிஸ்டர் யூனிவர்சாக மூன்று முறை வென்றிருக்கிறார். ஹெர்குலஸ் படத்தில் ஹெர்குலஸ் ஆக நடித்தும் இருக்கிறார் என்று போட்டிருந்தது. படித்த ஒவ்வொன்றும் என் வாழ்க்கையின் ப்ளூ ப்ரிண்டாக எனக்குள் பதிந்து விட்டது.

பத்தொன்பதாம் வயதில் உடற்பயிற்சியகம் செல்ல ஆரம்பித்தேன். ஒவ்வொரு நாளும் சென்றேன். ஐந்து மணி நேரம் தண்டால் தூக்குவது, புஷ் அப், அது இதுவென்று ஒன்றுவிடாமல் அட்டவணை போட்டுச் செய்தேன். பலன் இருந்தது. என் உடம்பு கட்டுக்கோப்பாக, சிறந்த வடிவமைப்போடு மாறியது. என் கனவுக்கு வடிவம் கொடுக்க ஒரே வழி உழைப்பது மட்டும்தான் என்று முடிவெடுத்தேன்.

அகதியாக அமெரிக்காவிற்குள் நுழைந்தேன். அதற்குப் பின்னர்தான் மொழி எத்தனை பெரிய தடை என்று தெரிந்தது. ஆங்கிலத்துக்கும் ஜெர்மன் மொழிக்கும் இருக்கும் தூரம் புரிந்தது. ஆசை ஆசையாக் வந்த ஊரில் முதலில் செங்கல் தூக்கினேன். சின்னச் சின்ன வேலைகள் கிடைத்தன. செய்தேன். பணம் சிறுகச் சிறுகச் சேர்ந்தது. உடற்பயிற்சியகம் சென்றேன். அதற்காகத்தானே வந்தேன். ஒவ்வொரு நாளும் ஆறு மணி நேரம் அங்கு பயிற்சி செய்தேன். ஒருபோதும் அது எனக்கு பாரமாக இருந்ததில்லை. என் கனவுக்கு அருகில் அது என்னை இட்டுச் செல்கிறது என்ற எண்ணமே என் வலிகளை மறக்கச் செய்தது.

நான் பேசும் ஆங்கிலம் மற்றவர்களை ஓர் அடி தள்ளி நிற்க வைத்தது. ஆங்கில வகுப்புகளுக்குச் சென்றேன். எப்படிப் பேச வேண்டும் என்று கற்றுக்கொண்டேன். பாடி பில்டர் போட்டிகளில் கலந்து கொண்டேன். பாடி பில்டர்களுக்காக நடக்கும் மாகாணப் போட்டிகளில் ஆரம்பித்து உலக அளவில் நடக்கும் அனைத்துப் போட்டிகளிலும் கலந்துகொண்டேன். ரெக் பார்க்கைப் போல் மூன்று முறை மிஸ்டர் யூனிவர்ஸ் ஆனேன். உலக அளவில் பதிமூன்று பாடி பில்டர் போட்டிகளில் பதக்கங்கள் பெற்றேன். ஒருவேளை ஆஸ்திரியாவில் பாடி பில்டிங் எல்லாம் நம்ம ஏரியா கிடையாது என்று சொன்னதை நம்பியிருந்தால் நான் அத்துறையில் இந்த உச்சத்தை அடைந்திருக்க மாட்டேன். பாடி பில்டர் என்று முடிவு செய்த பிறகு, உலகத்தில் சிறந்த பாடி பில்டராக ஆகவேண்டும் என்ற கனவு நிறைவேறியது.

அடுத்து திரைத்துறையில் நுழைய வேண்டும். நடிக்க வேண்டும் என்று வாய்ப்புகளைத் தேடினேன். "என்ன அர்னால்ட், இத்தனை பெரிய உடம்பை வைத்து படத்தில் வர வேண்டும் என்று சொல்ற? நீ பேசும் ஆங்கிலத்துக்கும் ஓர் இயந்திரம் பேசும் ஆங்கிலத்துக்கும் ஏதாவது வித்தியாசம் இருக்கிறதா? போய் வேறு வேலையைப் பாரு. நல்ல யோசனை ஒன்று சொல்கிறோம். ஜிம் ஆரம்பி. மக்கள் உன்னைக் கொண்டாடுவார்கள்" இப்படி ஒன்றிரண்டு அல்ல.... ஆயிரம் நிராகரிப்புகள் வந்தன.

என் முயற்சியை ஒருபோதும் கைவிடவில்லை. அதுதானே வெற்றியின் ரகசியம்? வேறு குறுக்கு வழி இருக்கிறது என்று யாராவது சொல்லி இருந்தாலும் நான் நம்பி இருக்கமாட்டேன். நீங்களும் அதை ஒருபோதும் நம்பாதீர்கள். சின்ன சின்ன கதாபாத்திரங்கள் கிடைத்தன. நடித்தேன். மின்னல் வேகத்தில் வந்து செல்லும் இடங்களில் நான் நடித்திருக்கிறேன். 1984-ஆம் ஆண்டு ஜேம்ஸ் கேம்ரூன் டெர்மினேட்டரில் முக்கிய கதாபாத்திரத்தில் நடிக்க எனக்கு வாய்ப்பு கொடுத்தார். அதற்குப் பின்னர் அர்னால்டை உலகம் பார்த்தது.

அரசியலுக்குச் சென்றேன். அப்போதும் அவமானங்களும் நிராகரிப்புகளும் தொடர்ந்தன. எதற்கு அரசியல்? என்ன தெரியும் அரசியலைப் பற்றி? என்று வந்த ஒவ்வொரு நிராகரிப்பையும் காதில் போட்டுக் கொள்ளவில்லை. ஆனால் யாரும் யோசிக்காத ஒன்றை மக்களுக்காக முக்கியமாக கலிபோர்னியா மக்களுக்காக யோசித்தேன். நான் செய்யும் எதிலும் உண்மை இருந்தது. எல்லா அவமானங்களையும் கடந்து கலிபோர்னியா மாகாணத்தின் ஆளுநரானேன். இதுதான் என் வெற்றிப் பயணத்தின் கதை.

அர்னால்ட் ஸ்வார்ஸ்னேக்கர்

38. லேடி பாப்

நான்கு வயதில் வீட்டிலிருந்த பியானோவில் விளையாட ஆரம்பித்தேன். பாட்டு, இசை எப்போதும் என்னைச் சுற்றி இருந்தது. சீக்கிரமாகப் பெரியவளாகிவிட வேண்டும் என்று மற்றக் குழந்தைகளைப் போல் மட்டும் நினைக்கவில்லை. எப்படியாவது பிரபலம் ஆகிவிட வேண்டும் என்ற அவா அப்போதே தொற்றிக் கொண்டது. ஏன்? எதற்கு? என்ற கேள்விகளுக்கெல்லாம் என்னிடம் விடை இருக்கவில்லை. பதினான்கு வயதில் பியானோவில் தேர்ச்சி பெற்றேன்.

பள்ளியில் மாணவர்கள் என்னை எப்போதும் கிண்டல் செய்து கொண்டிருந்தார்கள். வித்தியாசமான சிகை அலங்காரம் செய்து கொள்வதில் எனக்கு எப்போதும் விருப்பம். அவர்களுக்கு என்னைக் கிண்டல் செய்ய அதுவும் ஒரு காரணமாகிப் போனது. பள்ளி செல்லப் பிடிக்கவில்லை. ஆனால் படிக்க வேண்டும். நிராகரிப்புகளைக் கடந்து பள்ளி முடித்து நியூயார்க்கில் இருக்கும் கலைக் கல்லூரியில் சேர்ந்தேன். அங்கு இருபது பேருக்கு மட்டுமே இடம் கிடைக்கும். இசையைப் பாடமாக எடுத்தேன். ஒரு வருடம் படித்தேன். இன்னொரு வருடம் படிக்க விருப்பமில்லை. எனக்குச் சீக்கிரமாகப் பாட வேண்டும். மேடைகள் ஏற வேண்டும் என்றிருந்தது.

பெற்றோர்கள் என் விருப்பத்துக்கு தலையாட்டினார்கள். வீட்டை விட்டுக் கிளம்பினேன். வாய்ப்புகள் தேடி அலைந்தேன். நியூயார்க்

இருட்டுத் தெருக்கள் என்று சொல்லப்படும் இடங்களில் இருக்கும் பார்களில் பாட ஆரம்பித்தேன். நானே பாட்டெழுதி, இசை அமைத்துப் பாடினேன். சிலர் என்னைப் பாராட்டினார்கள். சிலர் குடி போதையில் இருந்தார்கள். இரவு முழுக்க கல்லூரி மாணவர்களும், உழைத்துக் களைத்து இரவில் ஆசுவாசம் செய்து கொள்ள பாரைத் தேடி வருபவர்களும் என் இசையைக் கேட்டுச் சென்றார்கள்.

பத்தொன்பது வயதிருக்கும். வீட்டிலிருந்து வெளியே வந்தவள் பாதுகாப்பற்ற சூழலில் இருக்கிறேன் என்று அப்போது வரை எனக்குத் தெரியவில்லை. தொடர்ந்து பலமுறை பாலியல் வன்முறைக்கு ஆளானேன். அது தீராத மன அழுத்தத்திற்குள் என்னை இட்டுச் சென்றது. சில நாள்கள் இசையை மறந்தேன். பொதுமக்களைப் பார்த்தால் பதறினேன். பெற்றோர்களும் நண்பர்களும் அதிலிருந்து என்னை மீட்டார்கள். இருந்தாலும் ஆறாத ரணங்கள் எனக்குள் இருந்தன.

சில நாள்களுக்குப் பிறகு மிகப் பிரபலமான டெஃப் ஜாம் ரிகார்டிங் என்னுடன் ஒப்பந்தம் போட்டது. புதிய பாதை ஒன்றை ஆவலோடு எதிர்பார்த்துக் காத்துக் கொண்டிருந்தேன். மூன்று மாதங்கள் எல்லாம் சரியாகச் சென்று கொண்டிருந்தது. சட்டென்று என் ஒப்பந்தங்களை ரத்து செய்தார்கள். எல்லாம் ஒரு நாளில் தலைகீழாகிப் போனது. மீண்டும் மன உளைச்சல். இந்த முறை என்னை எளிதில் மீட்க முடியவில்லை. போதைப் பொருள்களுக்கு அடிமையானேன். உடம்பில் உள்ள ஒவ்வொரு இடமும் வலித்தது. கசப்பை, நிராகரிப்பைச் செரிப்பதற்குப் போதைப் பொருள் உதவும் என்று எண்ணினேன். அது என் உடலைச் சல்லி சல்லியாக பிய்த்துப் போட்டது.

இசையைப் பற்றிக் கொண்டேன். இன்னொரு வாய்ப்பு என்னைத் தேடி வந்தது. இந்த முறை பாடல் எழுதவேண்டும் என்றார்கள். எப்படியாவது இயங்கிக் கொண்டிருக்கவேண்டும் என்று முடிவெடுத்தேன். அப்போதுதான் எனக்குப் பாடல் எழுத வாய்ப்புக் கிடைத்தது. ப்ரிட்னி ஸ்பியர்ஸ், புஸ்ஸி போட்ஸ் போன்றவர்களுக்குப் பாடல் எழுதிக் கொடுத்தேன்.

இருபத்தி இரண்டாவது வயதில், பாட்டெழுதிப் பாட வாய்ப்புக் கிடைத்தது. மடோனா, ப்ரிட்னிக்குப் பின்னர் பாப் இசையில்

இருந்த தொய்வை நான் நிரப்பமுடியும் என்று நம்பினேன். மேடையில் நான் நிற்பது, நடப்பது, பாடுவது என்று மட்டும் இல்லாமல் என் உடையில், சிகை அலங்காரங்களில் புதுமையை, கவர்ச்சியைக் கொண்டு வந்தேன். ஒவ்வொரு பாட்டையும் தேர்ந்தெடுத்துப் பாடினேன். மக்கள் கொண்டாடினார்கள்.

பிரபலமாக வேண்டும் என்று ஆரம்பித்த எனது பயணம் பல பாடங்களைக் கற்றுக் கொடுத்தது. பாப் இசையின் புது முகமாக மாறினேன். கிராமி விருதை ஒரு முறை இரண்டு முறை அல்ல பதின்மூன்று முறை வாங்கி உள்ளேன். கோல்டன் குளோப் அவார்ட், எம்டிவி அவார்ட் என்று இசையில் உச்சம் தொட்டேன்.

பதின்ம வயதில் தவறான வழிகளில் செல்லும் குழந்தைகளை மீட்டெடுக்கும் அமைப்பு ஒன்றை நடத்தி வருகிறேன். என் நல்ல நேரம் நான் மீண்டு வர வசதியும் குடும்பமும் இருந்தது. அனைவருக்கும் அந்த வசதி இருப்பது சந்தேகம் என்ற எண்ணத்தில் ஆரம்பித்தது அது. இன்று பல குழந்தைகளுக்கு உதவுகிறது.

என் சிறுவயதுக் கனவை நிறைவேற்ற உழைப்பும் மனதிடமும் மட்டுமே தேவையாய் இருந்தது. எத்தனை முறை வீழ்ந்தாலும் மீண்டும் முதலில் இருந்த ஆரம்பிக்கத் தயாராக இருந்தேன். பாப் உள்ள வரை மடோனா இருப்பார், அவரோடு லேடி காகாவும் இருப்பேன்.

லேடி காகா

39. நிக் வுஜிசிக்

*மு*தல் குழந்தை எப்படி இருக்கும்? அம்மாவைப் போலவா? அப்பாவைப் போலவா? என்று ஆவலோடு எதிர்பார்த்து காத்துக் கொண்டிருந்தார்கள் என்னுடைய பெற்றோர். அது இயல்புதானே? மருத்துவர் என்னை துணியால் அழகாகச் சுற்றிக் கொண்டு வந்த போது அப்பாவின் கண்களுக்கு மட்டும் அது தெரிந்து விட்டது. என் கைகள் தோளோடு முடிந்திருந்தது. பதறிப் போனார். அம்மாவிடம் காட்டுவதற்கு முன்னர் அப்பாவுக்கு அந்த அதிர்ச்சி செய்தியை மருத்துவர்கள் சொன்னார்கள்.

"உங்கள் மகனுக்கு இரண்டு கைகள் மட்டுமல்ல கால்களும் கிடையாது." அப்பாவுக்கு அதை உள்வாங்கச் சிறிது நேரமாகியிருக்க வேண்டும். அம்மாவிற்குத் தெரிந்த பின்னர் துடித்துப் போனார். என்னை எப்படித் தூக்க வேண்டும் என்பதையே நான்கு மாதங்கள் கடந்துதான் அவர்கள் தெரிந்து கொண்டார்கள்.

மேல் உடம்போடு ஒரு தலை மட்டும் இருந்த என்னை வளர்க்க அவர்கள் பெரும் பாடுபட்டிருக்க வேண்டும். எதற்கும் உதவ

மாட்டான் என்று மூலையில் போடாமல், எனக்கு வேண்டியதை எல்லாம் பார்த்துப் பார்த்து செய்தார்கள். பள்ளிச் செல்லும் காலம் வந்தது. ஆனால் என்னை எந்தப் பள்ளியும் சேர்த்துக் கொள்ளவில்லை. அரசாங்கம் என்னைப் போன்ற குறைபாடு உள்ள குழந்தைகளுக்குப் பள்ளி அவசியம் இல்லை என்று சட்டம் போட்டிருந்தது. நான் பள்ளிக்குச் செல்ல, என் பெற்றோர்கள் நீதிமன்றம் சென்றார்கள். இயல்பாக ஒரு குழந்தைக்குக் கிடைக்க வேண்டிய ஒவ்வொன்றும் எனக்குப் பல போராட்டங்களுக்குப் பின்னர்தான் கிடைத்தது.

பள்ளிக்குச் செல்கையில், மற்ற குழந்தைகளைப் பார்க்கும்போது நான் வேற்று கிரகவாசியைப் போல் இருந்தேன். அவர்கள் கண்களுக்கும் அப்படித்தான் தெரிந்தேன். வளர வளர சேர்ந்து கிண்டலும் கேலியும் அவமானங்களும் என்னைச் சுற்றிச் சுற்றி வந்தன. பத்து வயது இருக்கும், இந்த வாழ்க்கையிலிருந்து முற்றிலும் நான் மறைந்துவிட வேண்டும் என்று நினைத்தேன். தற்கொலை செய்து கொள்ளவேண்டும் என்றாலும் மற்றவர் உதவி இல்லாமல் என்னால் செய்ய முடியாதல்லவா? இருந்தாலும் முயற்சி செய்தேன். ஆனால் அதிலும் தோற்றுத்தான் போனேன். என் முன் இருக்கும் ஒரே வழி வாழ்ந்தாக வேண்டும். பெற்றோர்கள் துணை நின்றார்கள்.

தேவாலயத்தில் எடுக்கும் பைபிள் வகுப்புகள் என்னை மீட்டெடுத்தன. வலியிலிருந்து மீளவேண்டும் என்றால் ஏதோ ஒன்றைப் பற்றிக் கொள்ள வேண்டும். அது கண்ணுக்குத் தெரியாத சக்தியாக, இறைவனாக எனக்கு இருந்தது. பைபிளை எத்தனை முறை படித்திருப்பேன் என்றெல்லாம் கணக்கில்லை. பத்துப் பேர் கூடும் இடத்தில் சரளமாக இறைவனைப் பற்றிப் பேச முடிந்தது.

பள்ளியைச் சுத்தம் செய்யும் ஒருவர் என்னைப் பார்த்து, நீ பெரும் கதை சொல்லியாக வருவாய் என்றார். என்னிடம் என்ன இருக்கிறது சொல்ல? என்றேன். "உன் கதை" என்று சிரித்துவிட்டுக் கடந்துவிட்டார். மனத்தின் ஏதோ ஒரு மூலையில் அந்த வார்த்தை புதைந்து போனது. கல்லூரி சென்றேன்.

அப்பா ஒன்றை மட்டும் தீர்க்கமாகச் சொன்னார், "நிக், நீ பொருளாதாரத்தில் வெற்றி பெற வேண்டும். பணம் இருந்தால்

உன்னால் சில விஷயங்களைச் சுலபமாகச் செய்ய முடியும்". பத்தொன்பது இருபது வயதில் நான் ரியல் எஸ்டேட் நிறுவனத்தில் வேலை செய்தேன். பங்குச் சந்தையில் முதலீடு செய்தேன். எல்லாம் சரியாகப் போய்க் கொண்டிருந்தது. அல்லது நான் அப்படி நினைத்துக் கொண்டிருந்தேன்.

காதல் வந்தது. பார்த்தவுடன் காதல். எனக்கு மட்டுமல்ல அவளுக்கும் அதே உணர்வு. திருமணம் செய்து கொள்ள வேறு என்ன வேண்டும் என்று நினைத்தேன். அவள் பெற்றோர்கள் என் ஊனத்தைப் பார்த்தார்களேத் தவிர என் மனதிடத்தை அல்ல. எத்தனை முயற்சி செய்தும் என்னால் காதலியை கரம் பிடிக்க முடியவில்லை. நானே எனக்கு எதிரியானேன். என் வளர்ச்சிக்கு, காதலுக்கு, நான்தான் முட்டுக்கட்டை என்று அழுதேன். காலம் உருண்டோடியது, பள்ளியைச் சுத்தம் செய்தவர் சொன்னது ஞாபகத்துக்கு வந்தது.

கையிலிருந்த பணத்தை முதலீடு செய்து நிறுவனத்தை ஆரம்பித்தேன். ஓர் என்.ஜி.ஓ. இன்னொன்று பல்வேறு இடங்களுக்குச் சென்று என் கதையைச் சொல்ல முடிவெடுத்தேன். முதலில் என் உடல் இயலாமையை நினைத்துப் பெற்றோர்கள் கவலை கொண்டார்கள். எல்லாம் முடியும் என்று நம்பிக்கை கொடுத்துவிட்டு நாடு நாடாகப் பயணம் செய்தேன். என் கதையைப் பள்ளிகளில், சிறைச்சாலைகளில், மருத்துவமனைகளில், கார்ப்பரேட் நிறுவனங்களில் சொல்ல அழைத்தார்கள். எல்லாம் மாறியது. மீண்டும் ஒரு காதல் திருமணத்தில் முடிந்தது.

ஒரு நாடு, இரு நாடு என்று ஆரம்பித்த பயணம் எழுபத்து நான்கு நாடுகளுக்கு அழைத்துச் சென்றது. பல ஆயிரம் இடங்களில் என் கதையைச் சொல்லி இருப்பேன். என் வாழ்க்கை மற்றவர்களுக்கு ஊக்கம் தந்தது. அதையே புத்தகமாக எழுத முடிவு செய்தேன். அதுவும் நாற்பதுக்கும் மேற்பட்ட மொழிகளில் மொழிபெயர்ப்பு செய்யப்பட்டது.

திருமண வாழ்க்கையில் நான்கு குழந்தைகள் பிறந்தார்கள். தோல்விகளைக் கடந்து, நிராகரிப்புகளைக் கடந்து வருவது இலேசில் நடக்கக் கூடிய காரியம் அல்ல. அது நடந்துவிட்டால்

கை கால் இருக்கிறதோ இல்லையோ மனதிடம் வந்துவிடும். நம்பிக்கை பலமாகிவிடும். வாழ்கை எப்படிப் போனாலும் நாம் வெற்றிப் பாதையில் இருப்போம்.

நிக் வுஜிசிக்

40. மரண தண்டனை

என்னை நிக் யாரிஸ் என்று அறிமுகப்படுத்திக் கொள்வதை விட, இருபத்தி இரண்டு வருடங்கள் மரண தண்டனை அனுபவித்தவன் என்று சொல்வது சரியாக இருக்கும்.

மற்றக் குழந்தைகள் போல் என் குழந்தைப் பருவமும் சந்தோஷமும் கனவுகளும் நிறைந்ததாக இருந்தது. ஏழு வயது இருக்கும், என் வீட்டு நாயோடு தனியாக வெளியே சென்றேன். அங்கு என்னைவிட வயதில் மூத்த பையன் ஒருவன் என்னை இழுத்து பாலியல் தொல்லை கொடுத்தான். அதுமட்டுமின்றி என் தலையை ஓங்கி அங்கிருந்த குட்டிச் சுவரில் அடித்தான். இங்கு நடந்த ஒன்றையும் வெளியே சொல்லக் கூடாது என்று பயமுறுத்தினான். கண்களில் இரத்தம் வழிய வீட்டுக்கு வந்தேன். அம்மா பதறிப்போனார், கண்களிலிருந்து மூளைக்கு செல்லும் நரம்பு ஒன்று வீங்கி இருக்கிறது. தானாகவே சரியாகிவிடும் என்று சொன்னார்கள்.

நான் வளரும் போது என்னோடு சேர்ந்து ஒரு விதமான இயலாமையும் கோபமும் என்னை முழுதாக ஆட்கொண்டது. விளைவு, மது, போதை ஊசி ஒன்றையும் விட்டு வைக்கவில்லை. ஒன்றிலிருந்து தப்பிக்க இன்னொன்றில் மாட்டிக் கொண்டேன். போதை ஏறிய மனிதன் மிருகம் என்பதை என்னைச் சுற்றி இருந்தவர்களுக்குத் தெரிந்த அளவு எனக்குத் தெரியவில்லை. அப்படித்தான் எங்கோ நின்றிருந்த காரை ஓட்டிச் சென்று காவல்துறையிடம் மாட்டிக் கொண்டேன். பத்தொன்பது வயது இருக்கும். எல்லாவற்றிலும் ஒரு துடுக்குத்தனமும் முரட்டுத்தனமும் இருந்தது. என்னைக் கண்ணாலேயே எடை போட்ட காவலாளி என் மீது மேலும் இரண்டு வழக்குகளைச் சேர்த்தார். ஒன்று அவரைக் கடத்திக் கொண்டு செல்ல முயன்றேன். இன்னொன்று அவரைக் கொலை செய்ய முயற்சித்தேன்.

சிறையில் என்னை அடைத்தார்கள். வாகனத் திருட்டு மட்டுமே நான் செய்த குற்றம். அங்கிருந்து நான் தப்பிக்க வழி தேடினேன். கையில் கிடைத்த நாளிதழில் கற்பழிப்பு மற்றும் கொலை குறித்த செய்தி ஒன்றைப் பார்த்தேன். என் துடுக்கு மூளை வேலை செய்தது. அந்தக் கதையில் நான் என்னை ஜோடித்துக் கொண்டேன். அதாவது அதைச் செய்தவன்தான் போதை மருந்தை விற்பனை செய்கிறான். அவன் இறந்து விட்டதாகக் கூறினேன். அப்படித்தான் என் பத்தொன்பது வயது மூளை வேலை செய்தது. என் ஊரிலிருந்து பல மைல் தூரத்தில் நடந்த அந்தச் சம்பவம் எனக்கு எதிராகத் திரும்பியது. யாரும் சாகவில்லை. அதைச் செய்தவன் நான் என்றார்கள். என் இரத்தமும் அதைச் செய்தவனின் இரத்தமும் ஒரே வகை என்பதைக் கண்டுபிடித்தார்கள்.

என் மீது முழு வக்கிரத்துடன் காவல் துறை நடந்து கொண்டது. அடித்தார்கள் கொடுமைப்படுத்தினார்கள். இவர்கள் தரும் சித்திரவதை போதாதென்று இன்னொரு சிறைக்கு அனுப்பினார்கள். 1989 முதல் 2003 வரை அதாவது பதினான்கு ஆண்டுகள் வெறுமனே அடிக்கும்போது மட்டுமே சக மனிதனின் தொடுதலை உணர்ந்தேன். அம்மாவின் அரவணைப்பு, தந்தையின் தலை கோதல், அண்ணன்களின் ஸ்பரிசம் எல்லாம் மறந்து போனது.

இன்னொரு சிறை. நரகத்துக்குச் சிறிதும் சளைத்தது அல்ல. ஒரு சத்தம் வந்தால் போதும் பிரம்பு ஒடிந்து போகும் வரை அடி விழும். நான் அங்கு ஊமையாகிப் போனேன். செய்யாத தவறுக்கு நான் அனுபவித்த தண்டனையைவிட என் அம்மாவும் குடும்பத்தாரும் கொடுமையை அனுபவித்தார்கள். ஏனென்றால் அன்று அம்மாவோடும் குடும்பத்தோடும் இரவு உணவைச் சாப்பிட்டுக் கொண்டிருந்ததை அம்மா நீதிமன்றத்தில் சொன்னார். அதுதான் உண்மையும்கூட. எனக்கு யாரென்றே தெரியாத பெண்ணைக் கற்பழித்து கொலை செய்தேன் என்று மரண தண்டனை கொடுத்தார்கள்.

முதலில் போராடினேன். எத்தனை வருடங்கள் போராட முடியும்? ஒரு கட்டத்தில் சாவுக்காகக் காத்துக் கொண்டிருந்தேன். அதையாவது சீக்கிரம் கொடுத்து விடுங்கள் என்றிருந்தது. என் உயிரை அவர்கள் என்ன எடுத்துக் கொள்வது? நானே முடித்துக் கொள்கிறேன் என்று பல முறை முயற்சி செய்தேன். அம்மாவை நினைத்துப் பின்வாங்கி விடுவேன். ஆனால் நான் இறந்த பிறகும் குற்றவாளியாகவே மக்கள் என்னை ஞாபகம் வைத்திருப்பார்கள் என்று யோசிக்கும் போதெல்லாம் துடித்தேன்.

என் உடம்பில் உள்ள ஒவ்வொரு பாகமும் செயலிழந்து வருவதாகவே எனக்குத் தோன்றியது. சித்திரவதைகளை எல்லாம் எனக்குச் செய்துவிட்டு, என்னைக் கொடூரமானவன் என்றார்கள். இருந்துவிட்டுப் போகட்டும். அது பெரிய பிரச்சனை அல்ல. ஆனால் உண்மையான கொடூர அரக்கர்கள் இருக்கும் சிறையில் என்னையும் அடைத்தார்கள். அவர்கள் என்னை மிதித்து பிழிந்து பொழுதுபோக்கினார்கள்.

சிறையில் இருந்த நல்ல காவலாளி ஒருவர் எனக்குப் புத்தகங்களை அறிமுகப்படுத்தினார். என்னைத் தனி அறையில் அடைத்தார்கள். நானும் என் புத்தகங்களும் மட்டுமே. அறியாத வயதில் புகை பிடித்ததற்கு, போதைப் பொருள் எடுத்துக் கொண்டதற்கு, பெற்றோர்களிடம் மரியாதை இல்லாமல் நடந்து கொண்டதற்கு இதைத் தண்டனையாக எடுத்துக் கொண்டேன். மரணம் பக்கத்தில் இருந்தாலும் நான் என்னைச் சரிசெய்து கொள்ள முயற்சி

செய்தேன். மனம் வாசிப்பில் தெளிவு பெற்றது. அப்போதுதான் அந்தச் செய்தி வந்தது. நிஜமான குற்றவாளியின் இரத்தம், மற்றும் இதர வஸ்துக்கள் ஒரு மருத்துவரிடம் இருந்தது. அதை அவர் காவலாளிகளுக்கு அனுப்பினார். என் விதி அந்த வண்டியில் இருந்த அந்தப் பெட்டி மட்டும் உடைந்து போனது. அய்யோ அது இருந்தால் கண்டிப்பாக நான் நிரபராதி என்று தெரிந்து விடும். மீண்டும் நீதிமன்றம் சென்றேன்.

சில நாள் கிணற்றில் போட்ட கல்லைப் போல் இருந்தது என் வழக்கு. மீண்டும் ஓர் அழைப்பு. ஆதாரங்கள் கிடைத்துவிட்டன. சோதனைக்காக என் துணி வேண்டும் என்றார்கள். அம்மாவிடம் சொன்னேன். அவர் அனுப்பி வைத்தார். டி.என்.ஏ சோதனைக்காக என்னைப் பார்க்க வரும் ஒவ்வொருவரிடமும் என் முடியைப் பிடுங்கிக் கொடுத்தனுப்புவேன். எப்படியாவது அதைச் சரியான இடத்திற்கு அனுப்பிவிடுங்கள் என்று. இருபத்தி இரண்டு வருடங்கள் கழித்து நான் நிரபராதி ஆனேன். அதற்குள் என் அண்ணன் இறந்து போயிருந்தான். குடும்பத்தில் பல இழப்புகள் நடந்திருந்தன.

வெளியே வந்த நான் சமூகத்தோடு சேர்ந்து இயங்க சில நாள்கள் ஆனது. கல்வி இல்லை. வேலை இல்லை. எனக்கான குடும்பம் இல்லை. எதுவும் இல்லாமல் மிச்ச மீதி வாழ்க்கை மட்டும் இருந்தது.

2005-ஆம் ஆண்டு எனது ஐம்பத்து ஒன்றாம் வயதில் இங்கிலாந்துக்குக் குடியேறினேன். பாராளுமன்றத்தில் என் கதையைக் கேட்டார்கள். வாழ்க்கையை ஆரம்பித்தேன்.

தூக்குத் தண்டனையின் கொடுமையைப் பற்றி ஐ.நாவில் பேசினேன். மனித உரிமைக்காகப் போராடினேன். அதன் விளைவாக இருபத்தி இருண்டு பேரை டி.என்.ஏ சோதனை அடிப்படையில் அமெரிக்கா விடுதலை செய்தது.

நூற்று ஐம்பத்து நான்கு பேருக்கு மேல் லண்டனில் விடுதலையானார்கள். ஒரு மனிதன் மற்ற மனிதனைக் கொல்ல எந்த அதிகாரமும் இல்லை என்ற என் போராட்டம் மாற்றத்தைக் கொண்டுவந்துள்ளது.

என் கதையைவிட ஒரு மோசமான கதையை இதுவரை நீங்கள் கேட்டிருக்க மாட்டீர்கள். ஐம்பது வயதுக்கு மேல் ஒன்றும் இல்லாமல், அடித்துக் கிழிக்கப்பட்ட உடம்பையும் உடைந்து போன மனத்தையும் வைத்து என் வாழ்க்கையை நான் மாற்றி இருக்கிறேன்.

சூழல் எப்படி எதிராக இருந்தாலும் தொடர்ந்து போராட, நம்மை நாம் செதுக்கிக் கொள்ள மனதிடம் இருந்தால் அதுவே அனைத்தையும் மாற்றியமைக்கும்.

நிக் யாரிஸ்

திருக்கோவிலூரில் பிறந்த நஸீமா ரஸாக், துபாயில் குடும்பத்துடன் வசிக்கிறார். சில சிற்றிதழ்களில் கவிதைகளும் பிரசுரம் ஆகியுள்ளன. 2018ஆம் ஆண்டு, "என்னைத் தேடி" என்ற குறுநாவலை வெளியிட்டார்.

தொடர்ந்து *மராம்பு*, *தளிர்* போன்ற நாவல்களும் வெளிவந்துள்ளன. எழுத்தின் மீது இருந்த ஆர்வம் காதலாக மாற முழு நேர எழுத்தாளரானார். *மெட்ராஸ் பேப்பர்* இணைய இதழில் ஆசிரியர் பா. ராகவனோடு தொடர்ந்து பயணிக்கும் வாய்ப்பு கிடைத்தது. இப்பொழுது *மெட்ராஸ் பேப்பரின்* உதவி ஆசிரியராக இருக்கிறார். இதுவரை பதினொரு புத்தகங்கள் வெளிவந்துள்ளன. வசிப்பது துபாயில். வாழ்வது எழுத்தில்.